കേരളം

ഇന്നലെ ഇന്ന് നാളെ

Keralam
Ennale Ennu Nale
Politics

M V Govindan Master

CHINTHA PUBLISHERS
Thiruvananthapuram

First Edition
January 2025

Published & Typesetting
Chintha Publishers, Thiruvananthapuram

Printed at
Time Offset Printers, Thiruvananthapuram

Cover Design
Vinod Mangoes

ISBN : 978-93-48573-69-8

CO - 3592 / 7312

₹ 180

Email: chinthapublishers@gmail. com
Website: www. chinthapublishers. com

A version is available at National Libraries
Kolkata, Mumbai, Chennai and Delhi

Distribution
DESHABHIMANI BOOKHOUSE
H O Thiruvananthapuram 695035

Branches & Agencies
Head Office Kunnukuzhi • Statue Thiruvananthapuram
Saphalyam Complex Thiruvananthapuram
Machingal Lane Thrissur • IG Road Kozhikode
Mavoor Road Kozhikode • NGO Union Building Kannur
Central Bus Terminal Complex Thavakkara Kannur
Revenue Tower Ernakulam • Sulthanpetta Palakkad
Postoffice Road Kottaym • Hospital Road Nilamboor
Old Municipal Bus Stand Kalpatta

കേരളം
ഇന്നലെ ഇന്ന് നാളെ

എം വി ഗോവിന്ദൻ മാസ്റ്റർ

ചിന്ത പബ്ലിഷേഴ്സ്
തിരുവനന്തപുരം 695 035
വില: ₹ **180**

എം വി ഗോവിന്ദൻ

കണ്ണൂർ ജില്ലയിലെ മൊറാഴയിൽ ജനനം. കെ എസ് വൈ എഫിലൂടെ രാഷ്ട്രീയരംഗത്ത് സജീവമായി. ഡി വൈ എഫ് ഐ രൂപീകരണത്തിനുള്ള അഖിലേന്ത്യാ പ്രിപ്പറേറ്ററി കമ്മിറ്റി അംഗമായിരുന്നു. ഡി വൈ എഫ് ഐയുടെ പ്രഥമ സംസ്ഥാന പ്രസിഡന്റ്, സെക്രട്ടറി, അഖിലേന്ത്യാ എക്സി ക്യൂട്ടീവ് കമ്മിറ്റി അംഗം എന്നീ നിലകളിൽ പ്രവർത്തിച്ചു. സി പി ഐ (എം) കാസർഗോഡ് ഏരിയാ സെക്രട്ടറി, കണ്ണൂർ ജില്ലാ സെക്രട്ടറി എന്നീ സ്ഥാനങ്ങൾ വഹിച്ചിട്ടുണ്ട്. നിലവിൽ സി പി ഐ (എം) സംസ്ഥാന സെക്രട്ടറിയും നിയ മസഭാംഗവും. *ദേശാഭിമാനി*യുടെയും *മാർക്സിസ്റ്റ് സംവാദ*ത്തിന്റെയും ചീഫ് എഡിറ്ററായിരുന്നു.

അടിയന്തരാവസ്ഥക്കാലത്ത് നാലുമാസക്കാലം ജയി ൽവാസം അനുഭവിച്ചിട്ടുണ്ട്. നിരവധി തവണകളിലായി പൊലീസ് ഗുണ്ടാ മർദ്ദനത്തിന് വിധേയനായി.

തളിപ്പറമ്പിൽനിന്ന് രണ്ടുതവണ എം എൽ എയായി തിര ഞ്ഞെടുക്കപ്പെട്ടു. തദ്ദേശഭരണ വകുപ്പുമന്ത്രിയായി പ്രവർത്തി ച്ചു.

കൃതികൾ: *സ്വത്വരാഷ്ട്രീയത്തെപ്പറ്റി* (എഡിറ്റർ), *വൈരുദ്ധ്യാ ത്മക ഭൗതികവാദം ഇന്ത്യൻ ദർശനത്തിൽ, ചൈനീസ് ഡയറി, യുവജനപ്രസ്ഥാനത്തിന്റെ ചരിത്രം: ആശയസമര ങ്ങളുടെ പശ്ചാത്തലത്തിൽ, കർഷകത്തൊഴിലാളി യൂണി യൻ: ചരിത്രവും വർത്തമാനവും, കാട്ടുകയറുന്ന ഇന്ത്യൻമാവോ വാദം.*

ജനാധിപത്യ മഹിളാ അസോസിയേഷൻ സംസ്ഥാന കമ്മിറ്റി അംഗം പി കെ ശ്യാമളയാണ് ഭാര്യ.

മക്കൾ: ജി എസ് ശ്യാംജിത്, ജി എസ് രംഗീത്

ഉള്ളടക്കം

പ്രസാധകക്കുറിപ്പ്

എന്നും ലോകത്തെ വിസ്മയിപ്പിച്ച ഭൂമികയാണ് കേരളം. കുറഞ്ഞ വരുമാന നിരക്കിൽ നിൽക്കുമ്പോഴും മാനവ വികസന സൂചികകളിൽ യൂറോപ്യൻ രാജ്യങ്ങളോട് കിടപിടിക്കുന്ന നേട്ടങ്ങൾ, സാക്ഷരതയിലും വിദ്യാഭ്യാസത്തിലും ഇന്ത്യയിൽ ഏറ്റവും മുൻപന്തിയിൽ. സാമൂഹികനീതി ഉറപ്പുവരുത്തിയ സാമൂഹികപരിഷ്കരണ പ്രസ്ഥാനങ്ങളുടെ നാട്. ലഭ്യമായ വിഭവങ്ങളുടെ താരതമ്യേന തുല്യമായ പുനർവിതരണം ഉറപ്പു വരുത്തിയ കമ്യൂണിസ്റ്റ് പ്രസ്ഥാനത്തിന്റെ ഇടപെടലുകൾ. സാമൂഹിക സുരക്ഷ ഉറപ്പുവരുത്തുന്ന ഇടതുപക്ഷരാഷ്ട്രീയത്തിന് ആഴത്തിൽ വേരോട്ടമുള്ള പ്രദേശം. പുതിയൊരു രാഷ്ട്രീയസംസ്കാരത്തിന് വിത്തുപാകിയ കുടുംബശ്രീയും സ്വീകരണ പ്രസ്ഥാനങ്ങളും അധികാരവികേന്ദ്രീകരണവും. ലോകത്തെവിടെയും ഗുണനിലവാരമുള്ള മനുഷ്യവിഭവശേഷി പകർന്നു നൽകാൻ കെല്പുള്ള ഒരു പ്രദേശമായി കേരളത്തെ മാറ്റിത്തീർത്ത ഘടകങ്ങൾ ഇവയൊക്കെയാണ്.

പുത്തൻ സാങ്കേതികവിദ്യയുടെ സംക്രമണങ്ങളിലൂടെ ലോകം കടന്നുപോകുമ്പോൾ കേരളവും അതിനൊപ്പം ചുവടുവെക്കുകയാണ്. ഈ യാത്ര തീർച്ചയായും ചുവന്ന പരവതാനിയിലൂടെയുള്ള സുഖപ്രദമായ ഒന്ന് മാത്രമാവില്ല . ഇന്ത്യയെ ചൂഴ്ന്നുനിൽക്കുന്ന മതരാഷ്ട്രീയത്തിന്റെയും ഫാസിസ്റ്റ് അധികാരപ്രവണതകളുടെയും നടുവിലൂടെ വേണം നമുക്ക് മുന്നേറാനെന്ന് *കേരളം: ഇന്നലെ ഇന്ന് നാളെ* എന്ന പുസ്തകത്തിലെ ലേഖനങ്ങളിലൂടെ ഗോവിന്ദൻ മാഷ് ഓർമിപ്പിക്കുന്നു.

പുന്നപ്രയിലും വയലാറിലും കയ്യൂരും കരിവെള്ളൂരുമൊക്കെ ഒഴുകിയ ചോരയിൽനിന്നും, ഏറെ വിയർപ്പൊഴുക്കിയ എണ്ണമറ്റ രാഷ്ട്രീയ പോ

രാട്ടങ്ങളിൽ നിന്നുമാണ് ഏറെ സവിശേഷതയുള്ള ഇന്നത്തെ കേരളം ഉയർന്നുവന്നത്. അതെ. പോരാട്ടങ്ങൾ പുതിയ തലങ്ങളിൽ നടത്തിക്കൊണ്ടു മാത്രമേ ആധുനികയുഗത്തിന്റെ നേട്ടങ്ങൾ മുഴുവൻ ആൾക്കാർക്കും പങ്കുവെക്കപ്പെടുന്ന നാളത്തെ കേരളം രൂപപ്പെടുകയുള്ളൂ എന്നുകൂടി ഗോവിന്ദൻ മാഷിന്റെ ലേഖനങ്ങൾ നമ്മോടു പറയുന്നു. വർത്തമാനകാല രാഷ്ട്രീയത്തിന്റെ ബഹുമുഖമായ മാനങ്ങളിലേക്ക് ഈ പുസ്തകം വിരൽ ചൂണ്ടുന്നു.

ചിന്ത പബ്ലിഷേഴ്സ്

കേരളം ഇന്നലെ, ഇന്ന്, നാളെ

സ്വാമി വിവേകാനന്ദൻ ഭ്രാന്താലയം എന്ന് വിശേഷിപ്പിച്ച കേരളീയ സമൂഹം ഇന്ന് ഇന്ത്യയിലെ ഏറ്റവും ജനാധിപത്യപരമായ ഒരു സമൂഹമായി വികസിച്ചതിനു പിന്നിൽ സാമൂഹ്യപരിഷ്കരണ-നവോത്ഥാന പ്രസ്ഥാനങ്ങൾക്കും അവയുടെ മൂല്യങ്ങളെ ഏറ്റെടുത്ത് മുന്നോട്ടുപോയ കമ്യൂണിസ്റ്റ് പ്രസ്ഥാനത്തിനും സജീവമായ പങ്കാളിത്തമുണ്ട്. കേരളത്തിൽ നിലനിന്ന ഫ്യൂഡലിസം ജാതി-ജന്മി-നാടുവാഴിത്ത വ്യവസ്ഥ എന്ന നിലയിലായിരുന്നു. ജാതി ജീർണ്ണതകളും ജന്മിത്വ സമ്പ്രദായം വിവിധതരത്തിൽ അടിച്ചേൽപ്പിച്ച അടിയാളത്തവും ജനജീവിതം ദുരിതപൂർണ്ണമാക്കിയിരുന്നു. തിരുവിതാംകൂറും കൊച്ചിയും മലബാറുമായി നിലകൊണ്ടിരുന്ന കേരള പ്രദേശങ്ങളുടെ പല ഭാഗങ്ങളിലും സമൂഹത്തിലെ ജീർണ്ണതകൾക്കെതിരെ, ജാതി-ജന്മി- നാടുവാഴിത്ത വ്യവസ്ഥയ്ക്കെതിരെ വ്യത്യസ്തതലത്തിലുള്ള ചെറുത്തുനിൽപ്പുകൾ രൂപപ്പെടാൻ തുടങ്ങി. ജാതീയമായ അടിച്ചമർത്തലുകളെയും അതിനെ അടിസ്ഥാനപ്പെടുത്തിയുള്ള ആചാരങ്ങൾക്കും വിശ്വാസങ്ങൾക്കുമെതിരായുള്ള സമരമായാണ് ആദ്യഘട്ടത്തിൽ അത് വളർന്നുവന്നത്. നവോത്ഥാന പ്രസ്ഥാനത്തിന്റെ നാമ്പുകൾ മുളപൊട്ടുന്നത് അപ്പോഴാണ്.

തെക്കൻ കേരളത്തിൽ അയ്യാ വൈകുണ്ഠൻ നടത്തിയ ഇടപെടൽ ഇത്തരത്തിലുള്ള ഒന്നായിരുന്നു. ആ പ്രദേശത്തെ ജനവിഭാഗങ്ങളെ സ്വാധീനിക്കുന്ന തരത്തിലാണ് അത് വളർന്നുവന്നത്. മേൽമുണ്ട് ധരിക്കുക എന്നത് ജന്മാവകാശമാണെന്ന് പ്രസ്താവിച്ചുകൊണ്ട് അത് വിലക്കുന്ന

വ്യവസ്ഥക്കെതിരായി പ്രക്ഷോഭം സംഘടിപ്പിക്കുകയും കരം കൊടുക്കുന്ന വരെ ശക്തമായി അപലപിക്കുകയും ചെയ്തു. ജയിലിനകത്ത് കിടക്കേണ്ട സാഹചര്യംപ്പോലും അവർക്കുണ്ടായി. ആറാട്ടുപുഴ വേലായുധപ്പണിക്ക രെപ്പോലെ അക്കാലത്ത് ഉയർന്നുവന്നവർക്കാവട്ടെ നവോത്ഥാനപര മായ മുദ്രാവാക്യങ്ങൾ മുന്നോട്ടുവെച്ചതിന്റെ പേരിൽ സ്വന്തം ജീവിതം തന്നെ സമർപ്പിക്കേണ്ടിവരികയും ചെയ്തു. തന്റെ കുടുംബക്ഷേത്രത്തിൽ കണ്ണാടിപ്രതിഷ്ഠ നടത്തി. അച്ചിപ്പുടവ ധരിക്കുന്നതിനു വേണ്ടിയുള്ള പ്ര ക്ഷോഭങ്ങൾപോലുള്ളവ അദ്ദേഹം സംഘടിപ്പിച്ചു. ചട്ടമ്പിസ്വാമികൾ നായർ സമുദായത്തിൽ നിലനിന്ന നിരവധി അനാചാരങ്ങൾക്കെതിരെ പൊരുതിയിട്ടുണ്ട്. വിഗ്രഹ പ്രതിഷ്ഠയും വേദപഠനവും ക്ഷേത്രാരാധനയും ബ്രാഹ്മണരുടെ മാത്രം അവകാശമാണെന്ന കാഴ്ചപ്പാടുകളെ ചോദ്യംചെ യ്തുകൊണ്ട് അദ്ദേഹം രംഗപ്രവേശനം ചെയ്തു. സ്ത്രീ-പുരുഷ സമത്വത്തെ നവോത്ഥാനത്തിന്റെ ഒരു പ്രധാന പ്രശ്നമായി ഉന്നയിക്കുന്നതും ചട്ടമ്പി സ്വാമികളാണ്.

നവോത്ഥാനപരവും പുരോഗമനപരവുമായ ആശയങ്ങൾ സമൂ ഹത്തെയാകമാനം സ്വാധീനിക്കുന്ന ഒന്നായി മാറുന്നത്, ശ്രീനാരായ ണഗുരുവിന്റെ രംഗപ്രവേശനത്തോടെയാണ്. അദ്ദേഹത്തിന്റെ നേതൃ ത്വത്തിൽ നവോത്ഥാന മുന്നേറ്റം ഒരു മഹാപ്രസ്ഥാനമായി രൂപപ്പെട്ടു. ജാതീയമായ അവശതകൾക്കെതിരായി പൊരുതുകയും എല്ലാ മതങ്ങളും ഒന്നാണെന്ന സന്ദേശം പ്രചരിപ്പിക്കയും ചെയ്തുകൊണ്ടുള്ള ശ്രീനാരായ ണഗുരുവിന്റെ ഇടപെടൽ കേരളത്തെ ജനാധിപത്യവൽക്കരിക്കാനുള്ള പ്രവർത്തനത്തിന് നൽകിയ സംഭാവന വളരെ വലുതാണ്. അയ്യങ്കാ ളിയുടെ നേതൃത്വത്തിൽ 1905 ൽ രൂപപ്പെട്ടുവന്ന സാധുജനപരിപാലന സംഘത്തിന്റെ പ്രവർത്തനങ്ങൾ എടുത്തുപറയേണ്ടതാണ്. അദ്ദേഹം പട്ടികജാതി വിഭാഗത്തിലുള്ളയാളായിരുന്നു. അയിത്താചാര പ്രകാരം ദൃഷ്ടിയിൽപ്പെടാൻപോലും പാങ്ങില്ലാത്തയാളാണ്. അത്തരത്തിലുള്ളൊ രു വ്യക്തി, ജാതിജീർണ്ണമായ ആ സമൂഹത്തിൽ നടത്തിയ ഇടപെടൽ സവർണ്ണരുടെ പ്രാമാണികത്വത്തിന് സഹിക്കാവുന്നതിനും അപ്പുറമായി രുന്നു. പട്ടികജാതി വിഭാഗത്തിലുള്ളവരുടെ വിദ്യാഭ്യാസ പ്രശ്നമുൾപ്പെടെ മുന്നോട്ടുവച്ചുകൊണ്ട് അയ്യൻകാളി പ്രവർത്തിച്ചു. കർഷക ത്തൊഴിലാളി കളുടേയും മത്സ്യതൊഴിലാളികളുടേയും ഐക്യമുണ്ടാക്കി സമരങ്ങൾക്ക് മൂർച്ചകൂട്ടി. കേരള പ്രദേശത്തെ ആദ്യത്തെ കർഷക തൊഴിലാളി സമര ത്തിന് നേതൃത്വം കൊടുത്തതും അയ്യങ്കാളിയായിരുന്നു. സഞ്ചാര സ്വാ തന്ത്ര്യത്തിനുവേണ്ടി വില്ലുവണ്ടിയിൽ യാത്രചെയ്തും വസ്ത്രധാരണത്തിൽ ഉണ്ടാക്കിയ നിയന്ത്രണങ്ങളെ എതിർത്തും അയ്യങ്കാളി നടത്തിയ പ്ര ക്ഷോഭം ശ്രദ്ധേയമായി.

1912 ൽ കൊച്ചിയിലെ പുലയവിഭാഗം വെണ്ടുരുത്തി കായലിൽ വള്ളങ്ങൾ കൂട്ടിക്കെട്ടി അതിൽ സമ്മേളിച്ചു. കൃഷ്ണാദി ആശാനും കെ പി കറുപ്പനും ആ മേഖലയിൽ സജീവമായി പ്രവർത്തനം നടത്തി. വാല സമുദായ പരിഷ്കരണ സഭപോലെ നിരവധി സംഘടനകൾ രൂപീകരിക്കുന്നതിന് കെ പി കറുപ്പൻ നേതൃത്വം നൽകി. സഹോദരൻ അയ്യപ്പന്റെ പ്രവർത്തനങ്ങളും ചലനങ്ങളുണ്ടാക്കി. നാരായണഗുരു വെട്ടിയ പാതയിലൂടെ വിവിധങ്ങളായ പ്രവർത്തനങ്ങളുമായി അദ്ദേഹം മുന്നോട്ടുപോയി. സഹോദര പ്രസ്ഥാനം, മിശ്രഭോജനം ഉൾപ്പെടെയുള്ള ജനശ്രദ്ധയാകർഷിച്ച, ജാതീയതയെ വെല്ലുവിളിച്ച നിരവധി സമരങ്ങൾ നടത്തി. വാഗ്ഭടാനന്ദൻ, പണ്ഡിറ്റ് കറുപ്പൻ, ആനന്ദതീർത്ഥൻ, ബ്രഹ്മാനന്ദ ശിവയോഗി, വേലുക്കുട്ടി അരയൻ തുടങ്ങിയ നിരവധി മഹത് വ്യക്തിത്വങ്ങൾ മലയാളിക്ക് വെളിച്ചംപകർന്ന നവോത്ഥാന വഴികളിലെ വിളക്കുകളായി.

കേരളത്തിലെ നവോത്ഥാന പ്രസ്ഥാനങ്ങളെ പരിശോധിക്കുമ്പോൾ അവ രൂപപ്പെട്ടുവരുന്നത് പ്രധാനമായും അടിസ്ഥാന ജനവിഭാഗങ്ങളിൽ നിന്നായിരുന്നുവെന്ന് കാണാനാവും. തുടർന്ന് മറ്റു ജനവിഭാഗങ്ങളും അത് ഏറ്റെടുത്തു. എന്നാൽ, ഉത്തരേന്ത്യൻ നവോത്ഥാന പ്രസ്ഥാനങ്ങൾ ആവിഷ്കരിച്ചതും മുന്നോട്ടുകൊണ്ടുപോയതും സവർണ്ണ വിഭാഗങ്ങളാണ്. പരമ്പരാഗതമായി ചാതുർവർണ്യ വ്യവസ്ഥയ്ക്കകത്ത് ഉത്തരേന്ത്യയിൽ നിലനിന്നതുപോലുള്ള വൈശ്യ വിഭാഗങ്ങൾ കേരളത്തിൽ ഏറെ ഉണ്ടായിരുന്നില്ല. മതന്യൂനപക്ഷ വിഭാഗങ്ങൾ ഇത്തരമൊരു കടമ നിർവഹിച്ചുകൊണ്ട് സമൂഹത്തിൽ പ്രവർത്തിച്ചുവെന്നതാണ് കേരളത്തിന്റെ സവിശേഷത. സാമൂഹ്യ പരിഷ്കരണ-നവോത്ഥാന പ്രസ്ഥാനം ഒരു മതനിരപേക്ഷ അടിത്തറയ്ക്കും കാരണമായി. ആ പാരമ്പര്യത്തിലൂന്നിയാണ് കേരളം വികസിച്ചത്.

നവോത്ഥാന പ്രസ്ഥാനങ്ങളിൽ നേതൃത്വപരമായ പങ്കുവഹിച്ചവർ ദേശീയ പ്രസ്ഥാനത്തിൽ സജീവമായതോടെ നവോത്ഥാനപരമായ കാഴ്ചപ്പാടുകളെ ദേശീയ പ്രസ്ഥാനം ഏറ്റെടുക്കുകയുണ്ടായി. ടി കെ മാധവനാണ് നവോത്ഥാന പ്രസ്ഥാനത്തെയും ദേശീയ പ്രസ്ഥാനത്തെയും പരസ്പരം കണ്ണിചേർത്തുള്ള ഇടപെടലിന് നേതൃത്വം നൽകിയത്. വൈക്കം സത്യഗ്രഹത്തിന്റെ ചരിത്രപ്രാധാന്യവും ഇതു തന്നെയാണ്. ദേശീയ പ്രസ്ഥാനത്തിൽ ഇടതുപക്ഷ ധാരകൾ സജീവമായതോടെ നവോത്ഥാന മൂല്യങ്ങൾ കൂടുതൽ ഉയർത്തിപ്പിടിച്ചു. ഗുരുവായൂർ സത്യഗ്രഹം പോലുള്ള ഇടപെടലുകൾ രൂപപ്പെടുന്നത് ഈ പശ്ചാത്തലത്തിലാണ്. കർഷക – കർഷകത്തൊഴിലാളി പ്രസ്ഥാനങ്ങൾ ശക്തിയാർജിച്ചതോടെ ഇത്തരം മുദ്രാവാക്യങ്ങൾ അവർ ഏറ്റെടുക്കുകയുണ്ടായി. കമ്യൂണിസ്റ്റ് പാർട്ടിയുടെ

നേതൃത്വത്തിൽ നടന്ന പാലിയം സമരമൊക്കെ അടിച്ചമർത്തപ്പെട്ട ജന വിഭാഗങ്ങൾക്ക് ഉണർച്ചയേകി. നവോത്ഥാനത്തിന്റെ പ്രവാഹത്തിൽ മാറ്റം വരാതെപോയ ഒരു വിഭാഗവും കേരളത്തിലില്ല എന്ന് പറഞ്ഞാൽ അത് വസ്തുതയാണ്. നവോത്ഥാന പ്രസ്ഥാനങ്ങൾ ഉഴുതുമറിച്ച മണ്ണിൽ തുടർച്ചയുണ്ടാക്കുന്ന പ്രവർത്തനങ്ങളാണ് കമ്യൂണിസ്റ്റ് പാർട്ടിയുടെ നേതൃത്വത്തിൽ നടന്നത്.

കേരളത്തേക്കാൾ ശക്തമായ നവോത്ഥാന പ്രസ്ഥാനം തമിഴ്നാട്ടിലും മഹാരാഷ്ട്രയിലും ഉണ്ടായിരുന്നു. എന്നിട്ടും അവർക്ക് കേരളത്തെ പോലെയൊരു ജനാധിപത്യസമൂഹത്തെ സൃഷ്ടിക്കാൻ കഴിയാതെ പോയത്, നവോത്ഥാന മൂല്യങ്ങളെ വർഗ്ഗപരമായ കാഴ്ചപ്പാടുമായി കണ്ണി ചേർത്തുകൊണ്ട് ഇടപെടുന്ന മുന്നേറ്റങ്ങൾ തുടർച്ചയായി ഏറ്റെടുക്കാൻ സാധിക്കാത്തതിനാലാണ്.

കേരളത്തിലെ നവോത്ഥാന പ്രസ്ഥാനം ജാതി മേധാവിത്വത്തിനെതിരായാണ് പൊരുതിയതെങ്കിൽ, അതിന്റെ സാമ്പത്തികഘടനയായ ജന്മിത്വത്തിനും രാഷ്ട്രീയഘടനയായ നാടുവാഴിത്തത്തിനും എതിരായ പ്രക്ഷോഭങ്ങളുമായാണ് കർഷക-കർഷകത്തൊഴിലാളി പ്രസ്ഥാനങ്ങൾ സജീവമായത്. ജന്മിത്വത്തിന്റെ സാംസ്കാരിക രൂപങ്ങൾക്കെതിരായുള്ള സമരത്തെ അതിന്റെ സാമ്പത്തിക അടിത്തറയ്ക്കെതിരായ സമരമാക്കി ഉയർത്തിയെടുക്കാൻ കർഷക – കർഷകത്തൊഴിലാളി പ്രസ്ഥാനങ്ങൾക്ക് സാധിച്ചു. അത്തരത്തിലുള്ള സാമൂഹ്യ ഇടപെടലുകളുടെ ഭാഗമായി ഉരുവംകൊണ്ട പൊതുരാഷ്ട്രീയ ബോദ്ധ്യമാണ് ഐക്യകേരളത്തിൽ കമ്യൂണിസ്റ്റ് പാർട്ടി നേതൃത്വത്തിലുള്ള സർക്കാരിനെ അധികാരത്തിലെത്തിച്ചത്.

1957 ൽ അധികാരത്തിൽവന്ന ഇ എം എസ് ഗവൺമെന്റിന്റെ വികസനനയങ്ങളാണ് കേരളത്തിന്റെ പുരോഗതിയുടെ അടിസ്ഥാനം. അധികാരമേറ്റ ദിവസംതന്നെ കമ്യൂണിസ്റ്റ് സർക്കാരിന്റെ നയപ്രഖ്യാപനം മുഖ്യമന്ത്രി ഇ എം എസ് നടത്തി. നമ്മുടെ സംസ്ഥാനത്തിന്റെ ജനാധിപത്യപരമായ വികസനമുന്നേറ്റത്തിന്റെ ഒരു മാനിഫെസ്റ്റോയായിരുന്നു ആ പ്രസംഗം. തെരഞ്ഞെടുപ്പിൽ കമ്യൂണിസ്റ്റ് പാർട്ടി മുന്നോട്ടുവെച്ച പ്രകടനപത്രികയിലെ വാഗ്ദാനങ്ങൾ നിറവേറ്റുമെന്നും അത് നിറവേറ്റുന്നതെങ്ങനെയായിരിക്കുമെന്നും അതിന്റെ പ്രതിബന്ധങ്ങളെന്തൊക്കെയാണെന്നുമൊക്കെ വിശദീകരിച്ച ഇ എം എസിന്റെ നയപ്രസംഗം കമ്യൂണിസ്റ്റ് മന്ത്രിമാരുടെ പ്രവർത്തനം എങ്ങനെയായിരിക്കുമെന്നും വ്യക്തമാക്കി.

സ്വകാര്യ സ്ഥാപനങ്ങളിൽ പലതും പൊതുഉടമസ്ഥതയിൽ കൊണ്ടുവരേണ്ടതിന്റെയും വിദേശികളുടെ ഉടമസ്ഥതയിലുള്ള തോട്ടങ്ങൾ

ദേശസാൽക്കരിക്കേണ്ടതിന്റെയും പ്രാധാന്യത്തിലാണ് നയപ്രഖ്യാപനം ഊന്നിയത്. സൗഹാർദപൂർണ്ണമായ തൊഴിൽബന്ധം, തൊഴിൽതർക്കമുണ്ടായാൽ ത്രികക്ഷി സമ്മേളനം, തൊഴിൽസമരങ്ങളെ അടിച്ചമർത്താൻ പോലീസിനെ ഉപയോഗിക്കാതിരിക്കൽ, കൃഷിഭൂമി കൃഷിക്കാരന്, കുടികിടപ്പവകാശം, ഒഴിപ്പിക്കൽ തടയൽ, വിദ്യാഭ്യാസ-ആരോഗ്യരംഗങ്ങളുടെ ജനകീയവൽക്കരണം എന്നിങ്ങനെ കേരള സംസ്ഥാനത്തിന്റെ ഭാവി വികസനത്തിനാവശ്യമായ ശാസ്ത്രീയമായ പരിപാടികളുടെ സൂചനയായിരുന്ന സുപ്രസിദ്ധമായ നയപ്രഖ്യാപനം.

കമ്യൂണിസ്റ്റ് ഗവൺമെന്റിനെ തകർക്കാൻ കോൺഗ്രസ് നേതൃത്വത്തിലുള്ള പ്രതിപക്ഷം ആദ്യമേതന്നെ ശ്രമംതുടങ്ങി. നിയമസഭയ്ക്കകത്തും പുറത്തും അതിനായി അവർ പരിശ്രമിച്ചു. തൊഴിലാളികളുടെയും കൃഷിക്കാരുടെയും താൽപ്പര്യങ്ങൾക്കുവേണ്ടി നിലകൊള്ളുന്ന ഒരു സർക്കാർ സംസ്ഥാനം ഭരിക്കുന്നു എന്നത് അവർക്ക് സഹിക്കാൻ കഴിയുന്നതിനപ്പുറമായിരുന്നു. സർവ്വ പിന്തിരിപ്പൻമാരെയും സ്ഥാപിത താൽപ്പര്യക്കാരെയും യാഥാസ്ഥിതികരെയും ഒന്നിച്ചണിനിരത്തി കമ്യൂണിസ്റ്റ് ഗവൺമെന്റിനെതിരെ തിരിച്ചുവിടുന്നതിനാണവർ ശ്രമിച്ചത്. അങ്ങനെ പ്രതിപക്ഷരൂപത്തിൽ സാമുദായിക - വർഗ്ഗീയ പിന്തിരിപ്പൻ സംഘടനാ രൂപംതന്നെ ഉടലെടുത്തു.

അതിന് പ്രധാനപ്പെട്ട, അടിസ്ഥാനപരമായ മൂന്ന് കാരണങ്ങളുണ്ടായിരുന്നു. ഒഴിപ്പിക്കൽ തടഞ്ഞുകൊണ്ടുള്ള പ്രഖ്യാപനമാണ് ഇ എം എസ് ഗവൺമെന്റ് ആദ്യം നടത്തിയത്. ആരെയും കുടിയൊഴിപ്പിക്കരുതെന്ന ഓർഡിനൻസ്. മന്ത്രിസഭ അധികാരമേറ്റ് ഒരാഴ്ചയ്ക്കകം (ഏപ്രിൽ 11) ആണ് ആ അടിയന്തരനിയമം പ്രാബല്യത്തിലായത്. 1936 മുതൽ കർഷകസംഘവും നാൽപ്പതുമുതൽ കർഷകത്തൊഴിലാളി പ്രസ്ഥാനവും ഉന്നയിച്ചുവരുന്ന ആവശ്യമായിരുന്നു അത്. ഒഴിപ്പിക്കലിനെതിരെ കർഷക-കർഷകത്തൊഴിലാളി പ്രസ്ഥാനം സംസ്ഥാനത്തുടനീളം അതിശക്തമായ പ്രക്ഷോഭമാണ് നടത്തിവന്നത്. ആ പ്രക്ഷോഭങ്ങളുടെയടക്കം ഫലമായി രൂപപ്പെട്ട പുരോഗമന പശ്ചാത്തലത്തിൽ അധികാരത്തിൽവന്ന കമ്യൂണിസ്റ്റ് ഭരണം, അധികാരത്തിലേറിയ ഉടനെതന്നെ കർഷകരെ അവർ കൃഷിചെയ്യുന്ന സ്ഥലങ്ങളിൽനിന്നും ഒരു കാരണവശാലും ഒഴിപ്പിക്കരുതെന്ന ഉത്തരവിറക്കിയത് ഭൂസ്വാമിമാരെയും പിന്തിരിപ്പന്മാരെയും രോഷാകുലരാക്കി. ആ ഉത്തരവ് അവർക്കേറ്റ കനത്ത ആഘാതമായിരുന്നു.

അതിന്റെ തുടർച്ചയായി ഭൂപരിഷ്കരണബിൽ അവതരിപ്പിക്കപ്പെട്ടു. മര്യാദപ്പാട്ടം നിശ്ചയിച്ച് കൈവശക്കാരന് ഭൂമി നൽകാനാണ് ഭൂപരിഷ്കരണ ബില്ലിൽ വ്യവസ്ഥചെയ്തത്. കൈവശംവെയ്ക്കാവുന്ന ഭൂമിക്ക് ന്യാ

യമായ പരിധി നിശ്ചയിച്ചു. ആയിരവും പതിനായിരവും ഏക്കർ ഭൂമി കൈവശം വച്ചുവരികയായിരുന്ന വമ്പൻ ഭൂസ്വാമിമാർക്ക് അത് സഹിക്കാനായില്ല. 1959 ജൂൺ പത്തിന് ഭൂപരിഷ്കരണനിയമം പാസാക്കിയതോടെ ജന്മിത്തം നിയമപരമായിത്തന്നെ ഇല്ലായ്മചെയ്യപ്പെട്ടു. കൃഷിഭൂമി കൃഷിക്കാരന് എന്ന മുദ്രാവാക്യം യാഥാർത്ഥ്യമാക്കുന്നതിനുള്ള ചുവടുവെയ്പായിരുന്നു അത്. എന്നാൽ, ആ നിയമം പ്രാബല്യത്തിലാകുന്നതിന് ചില കടമ്പകളുണ്ടായിരുന്നു. അതിലേറെ, ശക്തമായ എതിർപ്പുമുണ്ടായിരുന്നു. കുപ്രസിദ്ധമായ വിമോചനസമരത്തിലൂടെ ഇ എം എസ് സർക്കാരിനെ പുറത്താക്കിയത് കേരളത്തിന്റെ വികസനക്കുതിപ്പിനെ കാലങ്ങളോളം പിറകോട്ടടിപ്പിച്ചു എന്നത് സാമൂഹ്യശാസ്ത്രജ്ഞൻമാർ വിലയിരുത്താറുള്ള കാര്യമാണ്. തുടർന്ന് 1963 ൽ ആർ ശങ്കറിന്റെ മന്ത്രിസഭയുടെ കാലത്ത് റവന്യൂ വകുപ്പ് കയ്യാളിയത് പി ടി ചാക്കോയാണ്. ഭൂപരിഷ്കരണനിയമത്തെ വികലമാക്കുകയാണ് ആ സർക്കാർ ചെയ്തത്. വൈകാതെ 1967 ൽ വീണ്ടും ഇ എം എസ് സർക്കാർ അധികാരത്തിൽ വന്നപ്പോൾ സമഗ്രമായ ഭൂപരിഷ്കരണനിയമം കൊണ്ടുവന്നു. അതോടെ കൃഷിഭൂമി കൃഷിക്കാരന് സ്വന്തമായി. പരിധിക്കപ്പുറം ഭൂമിയുള്ളവരുടെ ഭൂമി മിച്ചഭൂമിയായി പ്രഖ്യാപിക്കണമെന്ന് അനുശാസിച്ചു. മിച്ചഭൂമി ഭൂരഹിതർക്ക് നൽകണമെന്ന് നിശ്ചയിച്ചു. ഗ്രാമത്തിൽ പത്തു സെന്റും നഗരത്തിൽ അഞ്ചു സെന്റും കുടികിടപ്പവകാശമായി. മുൻ ഭൂവുടമകൾക്ക് മര്യാദപ്പാട്ടം ഗഡുക്കളായി നൽകിക്കൊണ്ടാണ് കുടിയാന് ഭൂമി സ്വന്തമായത്.

നിയമം വന്നതുകൊണ്ടുമാത്രം ഭൂരഹിതർ ഭൂവുടമകളാകില്ല. നിയമസഭ പാസാക്കിയ ഭൂനിയമം ശക്തമായ ബഹുജനപ്രക്ഷോഭത്തിന്റെ ഫലമാണ്. അത് ശരിയായ വിധത്തിൽ നടപ്പിലാക്കുന്നതിനും ശക്തമായ പ്രക്ഷോഭം വേണ്ടിവന്നു. 1969 ന്റെ അവസാനം മുതൽ രണ്ടുഘട്ടമായി നടന്ന ഐതിഹാസിക സമരം ഓർമ്മിക്കുക. കൃഷിക്കാർ അവരുടെ ഭൂമി, കുടിയാന്മാർ അവരുടെ കുടികിടപ്പ് വളച്ചുകെട്ടിക്കൊണ്ട് ആദ്യഘട്ട സമരം, മിച്ചഭൂമിയിൽ പ്രവേശിച്ച് കുടിൽകെട്ടിയും കൃഷി ഇറക്കിയും വിളവെ ടുത്തുംകൊണ്ട് രണ്ടാംഘട്ട സമരം. അതിന്റെ ഭാഗമായി പാർലമെന്റിൽ എ കെ ജി നടത്തിയ ഉജ്വല പോരാട്ടം. അതിന്റെയെല്ലാം ഫലമായാണ് ഭൂപരിഷ്കരണ നിയമം ഭരണഘടനയുടെ ഒമ്പതാം ഷെഡ്യൂളിൽപ്പെടുത്താൻ ഇന്ദിരാഗാന്ധിയുടെ നേതൃത്വത്തിലുള്ള കേന്ദ്ര സർക്കാർ നിർബ്ബന്ധിതമായത്. കേരളത്തെ കേരളമാക്കിയത് അതെല്ലാമാണ്.

സമരവും ഭരണവും തുടർച്ചയോ പരസ്പരപൂരകമോ ആണെന്നർത്ഥം. 1957 ലെ കമ്യൂണിസ്റ്റ് ഗവൺമെന്റ് ഒരു സമരരൂപം തന്നെയായിരുന്നു. ബൂർഷ്വാവ്യവസ്ഥിതിക്കകത്ത് പ്രവർത്തിക്കുന്ന കമ്യൂണിസ്റ്റ് പാർട്ടി

നേതൃത്വത്തിലുള്ള ഗവൺമെന്റുകൾ ഗവൺമെന്റായിരിക്കുമ്പോൾത്തന്നെ തൊഴിലാളിവർഗ്ഗത്തിന്റെ സവിശേഷമായ ഒരു സമരരൂപം കൂടിയാണ്.

1957 ജൂലൈയിൽ വിദ്യാഭ്യാസമന്ത്രി ജോസഫ് മുണ്ടശ്ശേരി അവതരിപ്പിച്ച് പാസാക്കിയ വിദ്യാഭ്യാസബിൽ വിദ്യാഭ്യാസമേഖലയിൽ വിപ്ലവം സൃഷ്ടിച്ചു. ഭൂമിയുടെ കാര്യത്തിലെന്നപോലെ വിദ്യാഭ്യാസരംഗത്തും ഒരുതരം ജന്മിത്തം നിലനിൽക്കുന്നുണ്ടായിരുന്നു. വിദ്യാഭ്യാസനിയമം സാർവ്വത്രിക വിദ്യാഭ്യാസത്തിന് സൗകര്യമൊരുക്കി; അദ്ധ്യാപകർക്ക് സർക്കാർ നേരിട്ട് ശമ്പളം നൽകുന്ന രീതി കൊണ്ടുവന്നു. സാമുദായിക, വർഗ്ഗീയശക്തികളുടെ കച്ചവടമേഖലയായി അധഃപതിച്ച വിദ്യാഭ്യാസമേഖലയെ ജനകീയമായി പുനഃസംഘടിപ്പിക്കാൻ വിദ്യാഭ്യാസനിയമം ഉതകി.

വിദ്യാഭ്യാസനിയമവും ഭൂനിയമവും എന്നതുപോലെതന്നെ അടിസ്ഥാനപരമായി മാറ്റംകുറിക്കുന്നതായിരുന്നു ഇ എം എസ് ഗവൺമെന്റിന്റെ പോലീസ് നയം. തൊഴിൽതർക്കങ്ങളിൽ, തൊഴിൽ സമരങ്ങളിൽ പോലീസ് ഇടപെടില്ല എന്ന പ്രഖ്യാപനമാണ് ഇ എം എസ് നടത്തിയത്. സാമാന്യജനങ്ങളെ, തൊഴിലാളികളെ, സമരം ചെയ്യുന്നവരെ അടിച്ചമർത്താനാണ് അക്കാലംവരെ പോലീസിനെ ഉപയോഗിച്ചത്. ക്രമസമാധാനപാലനവും കുറ്റാന്വേഷണവുമാണ് പോലീസിന്റെ ചുമതല, സമരങ്ങളെ അടിച്ചമർത്തലല്ല എന്ന പ്രഖ്യാപനം അക്കാലത്ത് കോളിളക്കം സൃഷ്ടിച്ചു. മുതലാളിമാരും സ്ഥാപിത താൽപ്പര്യക്കാരും ക്രമസമാധാനം തകർന്നുപോകുന്നുവെന്ന് മുറവിളികൂട്ടി. എന്നാൽ, അധ്വാനിക്കുന്ന ജനങ്ങൾക്കാകെ ആത്മവിശ്വാസം പകർന്ന പ്രഖ്യാപനമായിരുന്നു അത്.

ഭൂപരിഷ്കരണം, വിദ്യാഭ്യാസനിയമം, തൊഴിലാളികൾക്ക് അടിമസമാനമായി ജോലിചെയ്യേണ്ടിയിരുന്ന അവസ്ഥ മാറിയത്, സേവന-വേതന വ്യവസ്ഥകൾ അംഗീകരിക്കപ്പെട്ടത് തുടങ്ങിയ മുന്നേറ്റങ്ങളെല്ലാം കേരള വികസനത്തിന്റെ പരസ്പരപൂരക നടപടികളായിരുന്നു. സമഗ്രവികസനത്തിനുള്ള അടിത്തറയായിരുന്നു. മഹാഭൂരിപക്ഷം വരുന്ന സാധാരണക്കാർക്ക്, പിന്നോക്കക്കാർക്ക് അന്തസ്സും ആത്മവിശ്വാസവും അത്തരം നടപടികളിലൂടെ പകർന്നുകിട്ടി. അപകർഷതാബോധം അകറ്റാൻകഴിഞ്ഞു. കർഷകത്തൊഴിലാളികളടക്കമുള്ള പിന്നോക്കവിഭാഗങ്ങൾക്ക് നവോത്ഥാന പ്രസ്ഥാനത്തിന്റെ തുടർച്ച പകർന്നുനൽകിയത് 1957മുതൽ ഇങ്ങോട്ട് അധികാരത്തിൽവന്ന കമ്യൂണിസ്റ്റ് പാർട്ടി നേതൃത്വത്തിലുള്ള സർക്കാരുകളാണ്. 1967 ൽ അധികാരത്തിൽ വന്ന സപ്തകക്ഷി മുന്നണി സർക്കാർ 1957 ലെ സർക്കാരിന്റെ നയങ്ങളുടെ തുടർച്ചയാണ് മുന്നോട്ടുവെച്ചത്. കാർഷിക പരിഷ്കരണ ബിൽ, അധികാര വികേന്ദ്രീക

രണ പ്രക്രിയ ശക്തിപ്പെടുത്താനുള്ള നടപടികൾ, വിദ്യാഭ്യാസത്തിന്റെ ജനാധിപത്യവൽക്കരണം തുടങ്ങിയ കാര്യങ്ങൾക്ക് ഊന്നൽ നൽകി. വിദ്യാലയങ്ങളിലെ പാർലമെന്ററി സംവിധാനവും സർവ്വകലാശാലകളിൽ സെനറ്റും സിൻഡിക്കേറ്റും രൂപീകരിച്ചതും ഈ സർക്കാരായിരുന്നു. തദ്ദേശ സ്വയംഭരണ സ്ഥാപനങ്ങളിൽ തെരഞ്ഞെടുപ്പ് ചിട്ടയായി നടത്തിയതും പിന്നോക്ക ജില്ലയെന്നുള്ള നിലയിൽ മലപ്പുറം ജില്ലയുടെ രൂപീകരണവും കാലിക്കറ്റ് സർവ്വകലാശാലയുടെ ആരംഭവുമൊക്കെ ഈ സർക്കാരിന്റെ സമയത്തായിരുന്നു. മുന്നണിക്കകത്തെ കുത്തിത്തിരിപ്പിനെ തുടർന്നാണ് ആ സർക്കാർ കാലാവധി പൂർത്തിയാക്കാതെയായത്. പിന്നീട് 1980 ൽ അധികാരത്തിൽവന്ന മന്ത്രിസഭയാണ് രാജ്യത്ത് ആദ്യമായി കർഷകത്തൊഴിലാളികൾക്ക് പെൻഷൻ പ്രഖ്യാപിച്ചത്. മാവേലിസ്റ്റോർ എന്ന ആശയം നടപ്പിലാക്കിയതിലൂടെ കുറഞ്ഞ വിലയ്ക്ക് ജനങ്ങൾക്ക് നിത്യോപയോഗ സാധനങ്ങളെത്തിക്കാൻ സാധിച്ചു. അധികാര വികേന്ദ്രീകരണ പ്രക്രിയ ശക്തിപ്പെടുത്തുന്നതിന്റെ ഭാഗമായി ജില്ലാകൗൺസിലുകൾ രൂപീകരിക്കാനുള്ള ശ്രമങ്ങൾ അപ്പോഴാണ് ശക്തിപ്പെട്ടത്. 1987 ലെ ഇടതുപക്ഷ ജനാധിപത്യ മുന്നണി സർക്കാർ തൊഴിലാളി വിഭാഗങ്ങൾക്ക് പെൻഷനും ക്ഷേമനിധിയും നടപ്പിലാക്കുന്ന പ്രവർത്തനങ്ങൾക്ക് ഊന്നൽ നൽകി. വിദ്യാഭ്യാസ മേഖലയിലെ കച്ചവടവൽക്കരണത്തെ പ്രതിരോധിക്കാൻ ജാഗ്രത കാണിച്ചു. ജനങ്ങളെ വികസന പ്രവർത്തനങ്ങളിൽ കണ്ണികളാക്കുന്ന ശൈലി ആ സർക്കാർ മുന്നോട്ടുവെച്ചു. സമ്പൂർണ്ണ സാക്ഷരതാ പരിപാടി സംസ്ഥാനത്ത് നടപ്പിലാക്കി ലോകത്തിനുതന്നെ മാതൃകയായത് ആ സർക്കാരിന്റെ കാലത്താണ്.

കമ്യൂണിസ്റ്റ് പാർട്ടി നേതൃത്വത്തിലുള്ള സർക്കാരുകൾ സംസ്ഥാനത്ത് ഉജ്ജ്വലമായ നേട്ടങ്ങൾ കൈവരിക്കാനാവശ്യമായ ഇടപെടലുകൾ നടത്തി കേരളത്തെ മുന്നോട്ടുനയിക്കുമ്പോൾ, കോൺഗ്രസും വലതുപക്ഷവും അധികാരത്തിൽവന്ന ഘട്ടത്തിലെല്ലാം ഇടതുപക്ഷമുണ്ടാക്കിയ നേട്ടങ്ങളെ തകർക്കാനുള്ള ശ്രമങ്ങൾ സജീവമാക്കി. കമ്യൂണിസ്റ്റ് പാർട്ടി ബഹുജനങ്ങളെ അണിനിരത്തി അത്തരം പ്രതിലോമ നടപടികൾക്കെതിരെ പ്രതിരോധത്തിന് ശ്രമിച്ചുവെങ്കിലും അവരുടെ വിശ്രമമില്ലാത്ത കുത്സിതശ്രമങ്ങളും കേരളത്തിന്റെ ചില ദൗർബല്യങ്ങളും സംസ്ഥാനത്തിന്റെ മുന്നോട്ടുപോക്കിന് തടസ്സമാകുമെന്ന് നാം വിലയിരുത്തി. അതിന്റെ ഭാഗമായാണ് കേരളത്തിന്റെ പ്രശ്നങ്ങളെക്കുറിച്ച് പഠിക്കാനും പ്രശ്നപരിഹാരങ്ങൾക്കായി കർമ്മ പദ്ധതി രൂപീകരിക്കാനും ഒരു അന്താരാഷ്ട്ര പഠന കോൺഗ്രസ് സംഘടിപ്പിക്കുന്നത്. 1994 ൽ ഇ എം എസിന്റെ മുൻകൈയിൽ വിളിച്ചുചേർത്ത ഈ കോൺഗ്രസ് ചില കാര്യ

ങ്ങളിൽ അഭിപ്രായ ഐക്യമുണ്ടാക്കി. തുടർന്ന് ഈ അഭിപ്രായങ്ങളെ കണക്കിലെടുത്തുകൊണ്ടാണ് ഇടതുപക്ഷ മന്ത്രിസഭ പ്രവർത്തനങ്ങൾ ആസൂത്രണം ചെയ്തത്. 1996 ൽ അധികാരത്തിൽവന്ന ഇടതുപക്ഷ സർക്കാർ അധികാര വികേന്ദ്രീകരണത്തിന് ശക്തമായ തുടക്കമിട്ടു., പുത്തൻ വികസന മേഖലകളായ ബയോടെക്നോളജിക്കും ഇൻഫർമേഷൻ ടെക്നോളജിക്കും മുന്തിയ പരിഗണന നൽകി. ടൂറിസം സാദ്ധ്യതകളെ വികസിപ്പിക്കാനുള്ള ശ്രമങ്ങൾ തുടങ്ങി. സാമൂഹ്യക്ഷേമ പദ്ധതികളെയും ആരോഗ്യ-വിദ്യാഭ്യാസ മേഖലയുടെ നിലവാരം മെച്ചപ്പെടുത്താൻ ഇടപെട്ടു. എന്നാൽ, ആഗോളവൽക്കരണത്തിന്റെ ഭാഗമായി കേരള സമ്പദ് വ്യവസ്ഥയ്ക്കുണ്ടായ ശക്തമായ പ്രത്യാഘാതം ഇടതുപക്ഷ സർക്കാരിന്റെ വികസന പ്രവർത്തനങ്ങൾ ജനമനസ്സുകളിൽ ഏശാതെ പോകാൻ കാരണമായി. തുടർന്ന് അധികാരത്തിൽവന്ന യു ഡി എഫ് സർക്കാർ സമാനതകളില്ലാത്ത വിധത്തിലാണ് ആഗോളവൽക്കരണ നടപടികൾ അടിച്ചേൽപ്പിച്ചത്.

2006 ൽ അധികാരത്തിൽവന്ന ഇടതുപക്ഷ സർക്കാർ കാർഷിക – വ്യാവസായിക മേഖലയിലെ ഉൽപ്പാദനവും ഉൽപ്പാദനക്ഷമതയും വർദ്ധിപ്പിച്ചു. വൈദ്യുതി, റെയിൽ, റോഡ്, തുറമുഖ വികസന പ്രവർത്തനങ്ങൾക്ക് ഊന്നൽ നൽകി, ഇൻഫർമേഷൻ ടെക്നോളജി, ടൂറിസം മേഖലയിൽ നല്ല ശ്രദ്ധനൽകി. വിദ്യാഭ്യാസ – ആരോഗ്യ മേഖലകളുടെ നിലവാരമുയർത്താൻ പരിശ്രമിച്ചു. ജനകീയ പോലീസ് നയം ആവിഷ്കരിച്ചു. എല്ലാ ജനവിഭാഗങ്ങൾക്കും സ്വൈര്യജീവിതവും വെള്ളവും വെളിച്ചവും ഉറപ്പുവരുത്തി. ക്ഷേമപെൻഷൻ തുക വർദ്ധിപ്പിച്ചും രണ്ടുരൂപ നിരക്കിൽ റേഷനരി ലഭ്യമാക്കിയും തൊഴിലുറപ്പ് പദ്ധതി നഗരങ്ങളിൽക്കൂടി വ്യാപിപ്പിച്ചും ഇ എം എസ് ഭവനപദ്ധതിയും എം എൻ ലക്ഷം വീട് പദ്ധതിയും എല്ലാവർക്കും വീട് എന്ന ലക്ഷ്യത്തിനായി ഊർജ്ജിതപ്പെടുത്തി.

2016 ൽ അധികാരത്തിൽവന്ന ഇടതുപക്ഷ ജനാധിപത്യ മുന്നണി സർക്കാർ ലോകത്തിനുതന്നെ മാതൃകയാവുന്ന രീതിയിലാണ് മഹാപ്രളയത്തേയും കോവിഡ് മഹാമാരിയേയും നേരിട്ടത്. കേരളീയരാകെ ആ സർക്കാരിനൊപ്പം നിന്നു. ആ സർക്കാർ അധികാരത്തിൽ വന്ന ദിവസം തന്നെ ക്ഷേമപെൻഷൻ തുക 600 ൽനിന്നും 1000 ആക്കി വർദ്ധിപ്പിച്ചു. ഓരോ വർഷവും വർധനവ് വരുത്തി 1600 രൂപയാക്കി. ലൈഫ് മിഷൻ, ആർദ്രം മിഷൻ, പൊതുവിദ്യാഭ്യാസ സംരക്ഷണ യജ്ഞം, ഹരിത കേരളം മിഷൻ എന്നീ പരിപാടികളിലൂടെ കേരളത്തിന്റെ മുഖച്ഛായ മാറ്റാൻ ആ സർക്കാരിന് സാധിച്ചു. മഹാപ്രളയകാലത്ത് മുങ്ങിപ്പോയ കേരളത്തെ കൈപിടിച്ചുയർത്തിയ സർക്കാരായി മാറി. കോവിഡ് മഹാമാരിയുടെ സമയത്ത് ഓരോ വീടും ഓരോ ശുശ്രൂഷാകേന്ദ്രമാക്കി മാറ്റുംവി

ധത്തിൽ ആരോഗ്യ സാക്ഷരത പകർന്നുനൽകാൻ മുഖ്യമന്ത്രി നേരിട്ട് ജനങ്ങളുമായി സംസാരിച്ചു. മറ്റൊരു ഇന്ത്യൻ സംസ്ഥാനത്തിനും സാധിക്കാത്ത വിധത്തിൽ കോവിഡിനെ പ്രതിരോധിച്ചു. ലോകത്തിനുമുന്നിൽ കേരളം സവിശേഷ മാതൃകയായി.

2016 ലെ സർക്കാരിന്റെ മികവുകൾ ഹൃദയത്തിലേറ്റിയ കേരള ജനത, 2021 ൽ ഇടതുപക്ഷ ജനാധിപത്യ മുന്നണി സർക്കാരിന് ഭരണ തുടർച്ചയേകി. അപ്പോഴാണ് കേരളത്തിലെ പ്രതിപക്ഷവും ബി ജെ പിയും ജമാഅത്തെ ഇസ്ലാമിപോലുള്ള വർഗ്ഗീയ തീവ്രവാദസംഘടനകളും ചേരുന്ന മഴവിൽസഖ്യം ഇടതുപക്ഷ സർക്കാരിനെതിരെ തിരിഞ്ഞത്. അതോടൊപ്പം കേരളത്തിന്റെ ചരിത്രത്തിലിന്നുവരെയില്ലാത്ത വിധത്തിൽ കേന്ദ്രസർക്കാരിനെ ഉപയോഗിച്ചുകൊണ്ടുള്ള രാഷ്ട്രീയ ആക്രമണവും ആരംഭിച്ചു. കേരളത്തിന് അവകാശപ്പെട്ട സാമ്പത്തിക വിഹിതങ്ങൾ നൽകാതെ കേന്ദ്ര സർക്കാർ നമ്മുടെ സംസ്ഥാനത്തെ ശ്വാസംമുട്ടിക്കുകയാണ്. രാജ്യത്തെ മറ്റൊരു സംസ്ഥാനത്തിനും ഇത്തരത്തിലുള്ളൊരു ദുർവിധിയെ അഭിമുഖീകരിക്കേണ്ടി വരുന്നില്ല. സാമ്പത്തികമായി കേരളത്തെ തകർക്കാൻ മഴവിൽസഖ്യത്തിന്റെ സഹായത്തോടെ കേന്ദ്രസർക്കാർ ശ്രമിക്കുമ്പോൾ, കേരളം തനത് വരുമാനമടക്കമുള്ള കാര്യങ്ങളിൽ മുന്നേറ്റമുണ്ടാക്കി പിടിച്ചുനിൽക്കുകയാണ്. അതിദാരിദ്ര്യ നിർമ്മാർജ്ജനം, കടുത്ത സാമ്പത്തിക പ്രതിസന്ധികൾക്കിടയിലും സാമൂഹ്യക്ഷേമ പെൻഷൻ കൃത്യമായി കൊടുക്കാനുള്ള ഇച്ഛാശക്തി, വിലക്കയറ്റത്തെ പിടിച്ചുനിർത്താനുള്ള വിപണി ഇടപെടലുകൾ, സമാനതകളില്ലാത്ത വിധത്തിൽ നടപ്പിലാക്കുന്ന പശ്ചാത്തല സൗകര്യ വികസന പ്രവർത്തനങ്ങൾ തുടങ്ങി ഇടതുപക്ഷ സർക്കാരിന്റെ തുടർഭരണം കേന്ദ്ര സർക്കാരിന്റെ എഴുപത്തിയൊന്നിലേറെ പുരസ്കാരങ്ങൾക്ക് പാത്രീഭവിച്ചു. കേരളം അഭിമുഖീകരിക്കുന്ന സാമൂഹികവും സാമ്പത്തികവുമായ വികസന വെല്ലുവിളികൾക്ക് പരിഹാരമായി ഒരു നവകേരളം സൃഷ്ടിക്കുക എന്ന ലക്ഷ്യത്തോടെ ഈ സർക്കാർ തുടക്കംകുറിച്ചതാണ് നവകേരളം കർമ്മപദ്ധതി. ജനങ്ങളുടെ അടിയന്തര പ്രാധാന്യമുള്ള പ്രശ്നങ്ങൾ പരിഹരിക്കുന്നതിനും സംസ്ഥാനത്തിന്റെ വികസനത്തിനും ദീർഘവീക്ഷണത്തോടെയുള്ള പരിഷ്കാരങ്ങൾക്ക് അടിത്തറ പാകുന്നതിനുമുള്ള കാലികപ്രസക്തിയുള്ള ദൗത്യങ്ങളാണ് നവകേരളം കർമ്മപദ്ധതി ഏറ്റെടുത്തിരിക്കുന്നത്. പൊതുജനാരോഗ്യം, പൊതുവിദ്യാഭ്യാസം, അടിസ്ഥാന ആവശ്യങ്ങളും ജീവനോപാധിയും കൃഷിവ്യാപനം, ജലസംരക്ഷണം, മാലിന്യ സംസ്കരണം, പരിസ്ഥിതിസംരക്ഷണം, ദുരന്തങ്ങളെ അതിജീവിക്കാൻ കഴിയുന്നതും പരിസ്ഥിതി സൗഹൃദവുമായ വികസന പദ്ധതികൾ എന്നീ മേഖലകളിൽ വരുംകാല വെല്ലുവിളികളെക്കൂടി

നേരിടാൻ കഴിയുംവിധത്തിലുള്ള മുന്നേറ്റമുണ്ടാക്കിയും നിലവിലുള്ള പരിമിതികൾ പരിഹരിച്ച് ഏറ്റവും ഉയർന്ന ഗുണമേന്മ ഉറപ്പാക്കിയും ജനപങ്കാളിത്തത്തോടെ ഒരു നവകേരളം സൃഷ്ടിക്കാനുള്ള പ്രവർത്തനങ്ങൾ സർക്കാർ ഊർജ്ജിതപ്പെടുത്തുന്നു.

പുരോഗമനപരമായ ഉൾക്കാഴ്ചയോടെ, എല്ലാ പ്രതിബന്ധങ്ങളേയും അതിജീവിച്ച് മുന്നോട്ടുപോകുന്ന ഇടതുപക്ഷത്തെ ദുർബ്ബലപ്പെടുത്താനാണ് കോൺഗ്രസ് നേതൃത്വത്തിലുള്ള പ്രതിപക്ഷവും ആർ എസ് എസ് - ബി ജെ പി സംഘപരിവാരവും ജമാഅത്തെ ഇസ്ലാമിയുടെ നേതൃത്വത്തിലുള്ള വർഗ്ഗീയ തീവ്രവാദ സംഘടനകളും ശ്രമിക്കുന്നത്. അതിനായി മാധ്യമങ്ങളെ കൂട്ടുപിടിച്ച് പ്രതിലോമ പ്രവർത്തനങ്ങളിൽ ഏർപ്പെടുന്നു. ഈ മഴവിൽസഖ്യമാണ് പുരോഗമന കേരളത്തിന്റെ മുന്നിലുള്ള ഏറ്റവും വലിയ പ്രതിസന്ധി. 1957 ലെ ഇ എം എസ് സർക്കാരിനെ അട്ടിമറിക്കാൻ കോൺഗ്രസ് നേതൃത്വത്തിലുണ്ടാക്കിയ മഴവിൽ സഖ്യം കേരളത്തിനുണ്ടാക്കിയ കേടുപാടുകൾ ഇന്നും കാണാനാവും. വികസന മുന്നേറ്റങ്ങളുടെ വേഗത കുറയ്ക്കാനും ജാതി-മത സംഘടനകളുടെ പിറകിൽ ജനങ്ങളെ ഭിന്നിപ്പിച്ച് നിർത്താനും ഭരണപരിഷ്കരണത്തിന്റെ ഗതിവേഗം കുറയ്ക്കാനും ദുർബ്ബല ജനവിഭാഗങ്ങളുടെ ജീവിതത്തിൽ കറുപ്പുപുരട്ടാനും ആ മഴവിൽ സഖ്യത്തിന് സാധിച്ചു. സംസ്ഥാനത്ത് അധികാരത്തിൽ വന്ന കമ്യൂണിസ്റ്റ് പാർട്ടി നേതൃത്വത്തിലുള്ള സർക്കാരുകൾ കൊണ്ടുവന്ന വികസന പ്രവർത്തനങ്ങളെ അട്ടിമറിക്കാനാണ് തുടർന്ന് അധികാരത്തിൽവന്ന വലതുപക്ഷ സർക്കാരുകൾ ശ്രമിച്ചത്. ജനങ്ങൾ അത് മനസ്സിലാക്കിയതിന്റെ ഭാഗമായാണ് 2016 ൽ കേരളത്തിൽ ഭരണതുടർച്ചയുണ്ടായത്. ഇടതുപക്ഷം കഴിഞ്ഞ് വലതുപക്ഷം അധികാരത്തിലെത്തുന്ന പതിവ് ശൈലി മാറിയാൽ വികസന മുരടിപ്പിന് പരിഹാരമാകുമെന്ന് മലയാളികൾ തിരിച്ചറിഞ്ഞു. അത് ശരിവെക്കുംവിധത്തിൽ ഇടതുപക്ഷ സർക്കാർ കേരളത്തിന്റെ സമഗ്രമായ വികസനത്തെ ഡബിൾഎഞ്ചിൻ സ്പീഡിൽ മുന്നോട്ടുകൊണ്ടുപോകുമ്പോഴാണ് മഴവിൽസഖ്യം വെപ്രാളം പൂണ്ട് സർക്കാരിനെതിരെ തിരിഞ്ഞിരിക്കുന്നത്. ആർ എസ് എസ് – ബി ജെ പി നേതൃത്വത്തിന്റെ നിർദ്ദേശാനുസരണം കേന്ദ്രസർക്കാർ കേരളത്തെ സാമ്പത്തികമായി വരിഞ്ഞുമുറുക്കി ഇല്ലാതാക്കാൻ ശ്രമിക്കുന്നത്. ഇടതുപക്ഷ സർക്കാരിനെ ദുർബ്ബലപ്പെടുത്തിയാൽ സാമൂഹ്യപരിഷ്കരണ-നവോത്ഥാന മൂല്യങ്ങളിലൂന്നി മുന്നോട്ടുപോകുന്ന സമൂഹത്തിന്റെ ചലനം ഇല്ലാതാക്കാനാവും.

ഈയൊരു വർത്തമാനത്തിൽ കാലഘട്ടത്തിന്റെ ആവശ്യകതകളെക്കൂടി കണക്കിലെടുത്തുകൊണ്ട് മുന്നോട്ടുപോകാനാണ് കേരളം ശ്രമിക്കുന്നത്. സമൂഹത്തിലെ വിവിധ തരത്തിലുള്ള വിവേചനങ്ങൾക്കെ

തിരായി ഒറ്റക്കെട്ടായിനിന്ന് മുന്നോട്ടുപോകാനാണ് സർക്കാർ മലയാളികളോട് ആഹ്വാനം ചെയ്യുന്നത്. സാമ്പത്തികവും സാമൂഹ്യവും ലിംഗപരവുമായ എല്ലാവിധ അസമത്വങ്ങളെയും പരിഹരിക്കുന്നതിന് നിലവിലുള്ള സാഹചര്യത്തിൽ എന്തൊക്കെ ചെയ്യാൻപറ്റും എന്ന കാര്യമാണ് സർക്കാർ വിശകലനം ചെയ്യുന്നത്. സാമൂഹികമായ അവശതകൾ പരിഹരിക്കുന്നതിനുള്ള നടപടികളുമായി മുന്നോട്ടുപോകുമ്പോൾ, നിലവിലുള്ള സംവരണം അതേപടി തുടരുക എന്ന കാഴ്ചപ്പാട് സർക്കാർ മുന്നോട്ടുവെക്കുന്നു. അതോടൊപ്പം അത് പറ്റാവുന്ന മേഖലകളിലേക്ക് വ്യാപിപ്പിക്കാനുള്ള ഇടപെടലും നടത്തുകയാണ്. ദേവസ്വം ബോർഡിൽ പട്ടികജാതി-പട്ടികവർഗ്ഗക്കാർക്കും പിന്നോക്ക വിഭാഗങ്ങൾക്കും സംവരണം ഏർപ്പെടുത്തിയത് ഇതിന്റെ അടിസ്ഥാനത്തിലാണ്. മുന്നോക്ക വിഭാഗത്തിലാണ് ജനിച്ചതെങ്കിലും സാമ്പത്തികമായി ഏറെ ദരിദ്രാവസ്ഥയിലെത്തിയ വിഭാഗങ്ങളെയും പരിഗണിക്കുക എന്നതാണ് സർക്കാരിന്റെ നയം. അതോടൊപ്പം ആരാധനയ്ക്ക് നേതൃത്വം നൽകാനുൾപ്പെടെ എല്ലാവർക്കും അവകാശമുണ്ട് എന്നതിന്റെ അടിസ്ഥാനത്തിലാണ് അബ്രാഹ്മണർക്ക് പൂജ നടത്താനുള്ള അവകാശം ഉറപ്പുവരുത്തിയത്.

നവകേരള കർമ്മപദ്ധതി ആത്യന്തികമായി സാമൂഹികമായും സാമ്പത്തികമായും പിന്നോക്കം നിൽക്കുന്നവരുടെ ജീവിതം മെച്ചപ്പെടുത്താനുള്ളതാണ്. ക്ഷേമപെൻഷനുകളും മറ്റു സാമൂഹിക സുരക്ഷാ പദ്ധതികളും ലക്ഷ്യംവെക്കുന്നതും ഇത്തരം വിഭാഗങ്ങളെ കൈപിടിച്ചുയർത്താനാണ്. കേരളത്തിന്റെ വികസനത്തിൽ ഏറെ മുന്നോട്ടുപോകാത്തതാണ് സ്ത്രീകളുടെ നില. ഭരണഘടനപ്രകാരം സ്ത്രീക്കും പുരുഷനും തുല്യ അവകാശമാണുള്ളത്. അതനുസരിച്ചാണ് നമ്മുടെ രാജ്യത്തെ നിയമസംവിധാനങ്ങൾ പ്രവർത്തിച്ചുവരുന്നത്. ആധുനിക ജനാധിപത്യരീതിയുടെ ഭാഗമായി വികസിച്ചുവന്ന ഒന്നാണ് ഇത്. നവോത്ഥാന ചരിത്രത്തിൽ സജീവമായിത്തന്നെ സ്ത്രീകളും ഇടപെട്ടിട്ടുണ്ട്. എന്നാൽ ആ പാരമ്പര്യം പലപ്പോഴും നാം വേണ്ടത്ര വിശകലനം ചെയ്തിട്ടില്ല. ചാന്നാർ ലഹള, പാലിയം സമരം, മാറുമറയ്ക്കൽ സമരം, ഘോഷ ബഹിഷ്കരണം, കല്ലുമാല സമരം തുടങ്ങി സ്ത്രീകൾ നേതൃത്വനിരയിൽ ഉണ്ടായിട്ടുള്ള പോരാട്ടങ്ങൾ അനവധിയാണ്. അവയെയെല്ലാം ചരിത്രത്തിന്റെ ഭാഗമായി രേഖപ്പെടുത്തേണ്ടതുണ്ട്. സ്ത്രീകളുടെ നവോത്ഥാനത്തിലെ പങ്ക് വിശദീകരിക്കുന്ന ഒരു പുസ്തകംതന്നെ സർക്കാർ പ്രസിദ്ധീകരിക്കാൻ തീരുമാനിച്ചത് ഈ പശ്ചാത്തലത്തിലാണ്. നവോത്ഥാനപാരമ്പര്യം പരിശോധിച്ചാൽ വ്യക്തമാകുന്ന ഒരുകാര്യം പിന്നോക്ക ദളിത് വിഭാഗങ്ങളിൽനിന്ന് രൂപപ്പെട്ട പ്രസ്ഥാനങ്ങൾ അവരുടെ എറ്റവും പ്രധാനപ്പെട്ട ഇടപെടൽ നടത്തിയത് ജാതിക്കെതിരായിട്ടാണ്. കാരണം സ്ത്രീകൾ ഉൾപ്പെടെയുള്ള എല്ലാവരു

ടെയും അടിച്ചമർത്തലുകൾ ജാതിയെ അടിസ്ഥാനപ്പെടുത്തിയായിരുന്നു എന്നതുകൊണ്ടാണ് അത്. കീഴാള വിഭാഗത്തിൽപ്പെട്ട സ്ത്രീകൾക്കാണ് താരതമ്യേന സവർണ്ണ വിഭാഗത്തിൽ പെട്ടവരേക്കാൾ സ്വാതന്ത്ര്യം ഉണ്ടായിരുന്നതെന്ന കാര്യവും പ്രസക്തമാണ്.

ഈ പാരമ്പര്യങ്ങളെയെല്ലാം മുന്നോട്ടുകൊണ്ടുപോകാനുള്ള ഉത്തരവാദിത്വമാണ് നവോത്ഥാന പ്രസ്ഥാനത്തിന്റെ ഇന്നത്തെ കടമ. നവോത്ഥാന പ്രസ്ഥാനങ്ങൾ തുടക്കത്തിൽ നിലവിലുള്ള നിയമസംഹിതകളെ കൂടുതൽ ഗുണപരമായി മാറ്റിത്തീർക്കാൻ പോരാട്ടം നയിച്ചവരാണ്. നിലവിലുള്ള നിയമത്തിനകത്ത് സ്ത്രീകളെയും ജാതീയമായി പിന്നോക്കം എന്ന് വിശേഷിപ്പിക്കുന്നവരെ അടിച്ചമർത്തുന്ന നിയമങ്ങൾക്കെതിരെയും മനുഷ്യത്വരഹിതമായ രീതികൾക്കെതിരെയുമാണ് പോരാടിയത് എന്നുകാണാം. അത്തരം പോരാട്ടത്തിന്റെ ഫലമായി പുതിയ നിയമങ്ങൾ നിർമ്മിക്കപ്പെടുകയായിരുന്നു. ക്ഷേത്രപ്രവേശന വിളംബരം തൊട്ട് ദായക്രമങ്ങളിലെ മാറ്റംവരെ ഉയർന്നുവന്നത് അങ്ങനെയാണ്. നിലവിലുള്ള നിയമസംഹിതയേക്കാൾ ഒരുപടി മുന്നോട്ടുനടക്കുകയായിരുന്നു നവോത്ഥാന പ്രസ്ഥാനങ്ങൾ. എന്നാൽ ഇപ്പോൾ സംഭവിക്കുന്ന പ്രധാനപ്പെട്ട കാര്യം നിലവിലുള്ള നിയമസംഹിതകൾ മുന്നോട്ടുവെക്കുന്ന സമത്വത്തെ നിഷേധിക്കാനുള്ള ഇടപെടലുകൾ സമൂഹത്തിൽ നടക്കുന്നുവെന്നതാണ്. നമ്മുടെ നാടിനെ പിന്നോട്ടുവലിക്കാനുള്ള ഇത്തരം ശ്രമങ്ങൾക്കെതിരായി നവോത്ഥാന ആശയങ്ങൾ മുറുകെപ്പിടിച്ചുകൊണ്ടുള്ള ശക്തമായ ബഹുജനപ്രസ്ഥാനം വളർത്തിയെടുക്കേണ്ടതുണ്ട്. മുഖ്യമന്ത്രി പിണറായി വിജയന്റെ നേതൃത്വത്തിൽ കേരളീയർ നവോത്ഥാന മൂല്യങ്ങളിലൂന്നിയുള്ള നവകേരളം പടുത്തുയർത്തുകയാണ്. അതാവണം നാളത്തെ കേരളം.

കേരളം ധനദൃഢീകരണത്തിന്റെ പാതയിൽ

സ്വാതന്ത്ര്യാനന്തര ഇന്ത്യയിൽ ഇന്നുവരെയില്ലാത്ത വിധത്തിൽ കേന്ദ്രസർക്കാരിന്റെ സാമ്പത്തിക ഉപരോധ പ്രവർത്തനങ്ങളെ നേരിട്ടുകൊണ്ട് കേരളം മുന്നോട്ടുപോകുമ്പോൾ ഇടതുപക്ഷ ജനാധിപത്യ മുന്നണി സർക്കാരിനെ പ്രശംസിക്കാതെ വയ്യ. അപ്പോഴും സർക്കാരിനെതിരായും ധനകാര്യ വകുപ്പിനെതിരെയും വലിയ രീതിയിലുള്ള കുപ്രചരണമാണ് മാധ്യമങ്ങളുടെ സഹായത്തോടെ മഴവിൽസഖ്യം നടത്തുന്നത്. കഴിഞ്ഞനാളുകളിൽ ധനകാര്യരംഗത്ത് വരുമാനം വർദ്ധിച്ചിട്ടില്ലെന്നും സംസ്ഥാനത്തെ ചെലവ് വെട്ടിക്കുറച്ചെന്നും ചെലവുകൾ നടക്കുന്നില്ലെന്നും അവർ പ്രചരിപ്പിക്കുന്നു. എന്നാൽ, വസ്തുത മറിച്ചാണ്. അത് കൃത്യമായി പരിശോധിക്കുകയും മനസ്സിലാക്കുകയും ചെയ്യേണ്ടതുണ്ട്.

ഒന്നാം പിണറായി വിജയൻ സർക്കാരിന്റെ ഓരോവർഷത്തെയും ശരാശരി ചെലവ് 113000 കോടി രൂപയാണ്. എന്നാൽ, നേരത്തെയുള്ള കോൺഗ്രസ് നേതൃത്വത്തിലുള്ള ഗവൺമെന്റിന്റെ ചെലവ് ശരാശരി 70000 കോടി രൂപയോളമേ ഉണ്ടായിരുന്നുള്ളൂ. സംസ്ഥാനത്തിന്റെ സാമ്പത്തിക വളർച്ചയെക്കുറിച്ച് പരിശോധിക്കാൻ സാധാരണ ഈ ചെലവാണ് മാനദണ്ഡമാക്കാറുള്ളത്. രണ്ടാം പിണറായി വിജയൻ സർക്കാരിന്റെ കഴിഞ്ഞ മൂന്നുവർഷത്തെ ശരാശരി ചെലവ് ഒരു വർഷം 160000 കോടിരൂപയാണ്. 47000 കോടിരൂപ വർദ്ധിച്ചിരിക്കുന്നു. കേരളത്തിനുള്ള വരുമാനത്തിന്റെ കാര്യത്തിൽ ഏറ്റവും കൂടുതൽ വെട്ടിക്കുറവ് വന്ന ഘട്ടത്തിലാണ് ചെലവിനത്തിലുള്ള ഈ വർദ്ധനവ് എന്നത് കാണാതെ പോകരുത്.

സംസ്ഥാനത്തിന്റെ ട്രഷറിയിൽനിന്നും ചെലവായി പുറത്തേക്ക് പോകുന്ന പണത്തെ ക്യാഷ് ഫ്ലോ (cash flow) എന്നാണ് പറയുക. 2024 സെപ്തംബർ വരെ 94882 കോടി രൂപയാണ് ട്രഷറിയിൽനിന്നും ക്യാഷ് ഫ്ലോയായിട്ടുള്ളത്. കഴിഞ്ഞവർഷം ഇതേ സമയത്ത് 85700 കോടി രൂപയായിരുന്ന ക്യാഷ് ഫ്ലോയായി കണക്കാക്കിയിട്ടുള്ളത്. അതായത് കഴിഞ്ഞവർഷത്തേക്കാൾ 9000 കോടി രൂപ ഇതുവരെ അധികമായി ചെലവാക്കാൻ സംസ്ഥാനത്തിന് സാധിച്ചു. സാമ്പത്തിക ശാസ്ത്രമനുസരിച്ച് ഇതിനെ വളർച്ചയെന്നാണ് വിലയിരുത്തുക. കണക്കുകൾ വെച്ചാണ് വളർച്ച വിലയിരുത്തേണ്ടത്. അല്ലാതെ ചാനൽ ചർച്ചകളിലെ ഗ്വാഗ്വാ വിധിപ്രസ്താവങ്ങളിലൂടെയും പത്രമാധ്യമങ്ങളിലെ സ്പോൺസേഡ് വാർത്താ നിർമ്മിതികളിലൂടെയുമല്ല.

സംസ്ഥാനത്തിന്റെ തനതുവരുമാനത്തിലും വർദ്ധനവുള്ളതായി കണക്കുകൾ തെളിയിക്കുന്നുണ്ട്. 2020-21 മുതൽ 2023-24 വരെയുള്ള സാമ്പത്തിക വർഷങ്ങളിലെ കണക്കുനോക്കുമ്പോൾ, നികുതി വരുമാനത്തിൽ (State's own Tax Revenue - SOTR) 64.10% വർദ്ധനവ് സംസ്ഥാനത്ത് വന്നിട്ടുള്ളതായി കാണാനാവും. 2020-21 കോവിഡ് കാലമായിരുന്നു. അപ്പോൾ സ്വാഭാവികമായും വരുമാന വർദ്ധനവുണ്ടാക്കുന്നതിൽ പരിമിതിയുണ്ട്. എങ്കിലും മറ്റ് സംസ്ഥാനങ്ങളുടെ വരുമാന വർദ്ധനവിന്റെ ശതമാനം വച്ചുനോക്കുമ്പോൾ കേരളത്തിൽ വർദ്ധനവുണ്ടായിട്ടുണ്ട് എന്ന് കാണാനാവും. 2020-21ൽ 47660 കോടി രൂപയായിരുന്ന നികുതി വരുമാനം 2023-24 ൽ 74329 കോടിരൂപയായി വർദ്ധിപ്പിക്കാൻ സംസ്ഥാനത്തിന് സാധിച്ചു. നികുതിയേതര വരുമാനത്തിൽ 100 ശതമാനത്തിലധികം വർദ്ധനവാണ് രേഖപ്പെടുത്തിയിട്ടുള്ളത്. 2020-21 ൽ 7327 കോടി രൂപയായിരുന്ന നികുതിയേതര വരുമാനം 2023-24 ൽ 16346 കോടി രൂപയായാണ് വർദ്ധിച്ചത്.

20063 കോടി രൂപയായിരുന്ന റവന്യൂകമ്മി കഴിഞ്ഞ വർഷം 18140 കോടി രൂപയായും ധനകമ്മി 35203 കോടി രൂപയിൽനിന്നും 34257 കോടി രൂപയായും കുറയ്ക്കാൻ സാധിച്ചുവെന്നത് ചെറിയ നേട്ടമല്ല. 2020-21 ൽ കോവിഡ് കാലത്ത് ധനകമ്മി 4.56 ശതമാനമായിരുന്നു. അത് കഴിഞ്ഞവർഷം 2.9 ശതമാനത്തിലേക്ക് കുറയ്ക്കാനായി. റവന്യൂകമ്മി 2.6 ശതമാനത്തിൽനിന്നും 1.5 ശതമാനമായി കുറച്ചു. ഇത്തരം നിരക്കുകളുടെ അടിസ്ഥാനത്തിലാണ് സംസ്ഥാനത്തെ ഓരോ മേഖലയുടെയും സാമ്പത്തികാരോഗ്യം പരിശോധിക്കേണ്ടത്. അത്തരത്തിലുള്ള വിലയിരുത്തലിന് കേരളത്തിലെ പ്രതിപക്ഷവും മുകളിൽപ്പറഞ്ഞ മഴവിൽസഖ്യവും തയ്യാറാവില്ല. അങ്ങനെയായാൽ കേരള സർക്കാരിന്റെ, ധനവകുപ്പ് മന്ത്രിയുടെ പ്രവർത്തനങ്ങളെ ശ്ലാഘിക്കേണ്ടി വരും. നുണപറഞ്ഞു നട

ന്നാൽ സർക്കാരിനെയും മന്ത്രി ബാലഗോപാലിനെയും കുറ്റപ്പെടുത്താനും ജനങ്ങൾക്കിടയിൽ പുകമറയുണ്ടാക്കാനും സാധിക്കുമെന്നതിനാൽ പ്രതിപക്ഷം മാധ്യമങ്ങളുടെ സഹായത്തോടെ അതാണ് ചെയ്യുന്നത്.

സംസ്ഥാനത്തിന്റെ കടബാദ്ധ്യതയുടെ കാര്യവും വസ്തുതകളുടെ അടിസ്ഥാനത്തിൽ പരിശോധിക്കുന്നത് നന്നാവും. സംസ്ഥാനത്തിന്റെ മൊത്തം ആഭ്യന്തര ഉൽപ്പാദന(Gross State Domestic Product -GSDP) വുമായുള്ള കടത്തിന്റെ അനുപാതം പരിശോധിക്കുമ്പോൾ, 2020-21ൽ 38.41 ശതമാനമായിരുന്നത് കഴിഞ്ഞവർഷം 33.4 ശതമാനമായി കുറച്ചു. ഇത്തരം കണക്കുകൾ പരിശോധിച്ചാണ് കേരളം ധനദൃഢീകരണത്തിന്റെ പാതയിലാണെന്ന് അക്കൗണ്ടന്റ് ജനറൽ പറഞ്ഞത്.

കേന്ദ്ര സാമ്പത്തിക ഉപരോധം

കേരളം സ്വന്തംനിലയിൽ ധനകാര്യ മേഖലയിൽ മികവുണ്ടാക്കുമ്പോൾ, കേന്ദ്രസർക്കാർ കേരളത്തോടുള്ള കൊടിയ അവഗണന മൂർച്ചിപ്പിക്കുകയാണ്. നാം ഇപ്പോൾ നേരിടുന്ന സാമ്പത്തിക ഞെരുക്കം അതിന്റെ ഭാഗമാണ്. കേന്ദ്രത്തിൽനിന്നും 2021-22 ൽ വിവിധ ഇനങ്ങളിലായി കേരളത്തിന് ലഭിച്ചത് 47837 കോടി രൂപയാണ്. 2023-24 ൽ ഇത് 45639 കോടി രൂപയായി കുറഞ്ഞു. കഴിഞ്ഞവർഷത്തെ അക്കൗണ്ടന്റ് ജനറലിന്റെ കണക്കനുസരിച്ച് 33811 കോടി രൂപയായാണ് കുറഞ്ഞിരിക്കുന്നത്. 14,026 കോടി രൂപയുടെ കുറവാണ് ഈ കാലയളവിൽ കേരളത്തിനുണ്ടായത്. 26 ശതമാനം കുറവ്! രാജ്യത്ത് മറ്റൊരു സംസ്ഥാനത്തിനും ഇത്തരത്തിലുള്ള ഒരു സാമ്പത്തികാക്രമണത്തെ നേരിടേണ്ടിവരുന്നില്ല. സമാനതകളില്ലാത്ത സാമ്പത്തിക ഉപരോധമാണ് കേരളം നേരിടുന്നതെന്ന് മനസ്സിലാക്കാൻ ഈ കണക്ക് മാത്രംമതി.

2021-22 ൽ ഗ്രാൻഡ് ഇൻ എയ്ഡായി കേന്ദ്രസർക്കാരിൽനിന്നും കേരളത്തിന് ലഭിച്ചത് 30017 കോടി രൂപയായിരുന്നു. കഴിഞ്ഞ വർഷം അത് 12068 കോടി രൂപയായി കുറഞ്ഞു. 2021-22 ൽ മുൻവർഷങ്ങളെ അപേക്ഷിച്ച് കേരളത്തിനുള്ള കേന്ദ്ര ഗ്രാൻഡുകളിൽ 3.38 ശതമാനം കുറവുണ്ടായി. കഴിഞ്ഞവർഷം കേരളത്തിന് ലഭിക്കേണ്ട ഗ്രാന്റുകളുടെ 56 ശതമാനമാണ് കേന്ദ്രസർക്കാർ വെട്ടിക്കുറച്ചത്. 2021-22 ൽ സംസ്ഥാനത്തെ മൊത്തം ആഭ്യന്തര ഉല്പാദനത്തിന്റെ 5.12 ശതമാനം കേന്ദ്രത്തിൽനിന്നുള്ള ധനകൈമാറ്റങ്ങളായിരുന്നു. എന്നാൽ, 2023-24 ൽ അത് 2.88 ശതമാനമായി വെട്ടിക്കുറച്ചു. പതിനായിരക്കണക്കിന് കോടിരൂപയാണ് ഇതിലൂടെ കേരളത്തിന് ഇല്ലാതായത്.

കേരളത്തിന്റെ പദ്ധതികൾ മുന്നേറുമ്പോൾ

മഴവിൽസഖ്യവും മാധ്യമങ്ങളും നടത്തുന്ന മറ്റൊരു നുണപ്രചരണം സംസ്ഥാനത്തെ വിവിധ പദ്ധതികൾ ധനപ്രതിസന്ധി നിമിത്തം റദ്ദ് ചെയ്യുന്നു എന്നതാണ്. എന്നാൽ, വസ്തുത എന്താണ്? നിലവിലുള്ള പദ്ധതികളുടെ പ്രവർത്തനങ്ങൾ ക്രമീകരിക്കുന്നത് സംബന്ധിച്ച് സർക്കാർ ഒരു സർക്കുലർ പുറപ്പെടുവിച്ചിട്ടുണ്ട്. പത്തുകോടിരൂപയ്ക്ക് മുകളിലും പത്തുകോടിരൂപയ്ക്ക് താഴെയുമുള്ള പ്രവർത്തികൾ തരംതിരിച്ചാണ് താൽക്കാലികമായ ഈ ക്രമീകരണം നടപ്പിലാക്കുന്നത്. സംസ്ഥാനത്തിന്റെ സാമ്പത്തിക സ്ഥിതി കുറച്ചുകൂടി മെച്ചപ്പെടുമ്പോൾ അതിന്റെ പരിധി വർദ്ധിപ്പിച്ചുകൊണ്ടുവരും. പദ്ധതി റദ്ദുചെയ്യുക എന്നത് സർക്കാരിന്റെ അജണ്ടയിലില്ലാത്ത കാര്യമാണ്. ആരോഗ്യ കുടുംബക്ഷേമ വകുപ്പിൽ പ്ലാൻ ഫണ്ടിൽ അനുവദിച്ച തുകയുടെ 56.80 ശതമാനം ഇപ്പോൾത്തന്നെ ചെലവഴിച്ചിട്ടുണ്ട്. തുറമുഖ വകുപ്പ് 64.43 ശതമാനവും പൊതുമരാമത്ത് വകുപ്പ് 52.55 ശതമാനവും ജലവിഭവ വകുപ്പ് 55.83 ശതമാനവും പ്ലാനിങ് ആന്റ് എക്കണോമിക് അഫയേഴ്സ് ഡിപ്പാർട്ടുമെന്റ് 55.51 ശതമാനവും ഫണ്ട് ഇപ്പോൾത്തന്നെ ചെലവഴിച്ചിട്ടുണ്ട്. എല്ലാവകുപ്പുകളിലും ഈ വിധത്തിൽ എക്സ്പെൻഡിച്ചർ ഉണ്ടാകുന്നുണ്ട് എന്നതാണ് വസ്തുത. അപ്പോൾ പദ്ധതികൾ റദ്ദ് ചെയ്യുന്നു എന്നത് ദുരാരോപണം മാത്രമാണ്. ഈ ഇനങ്ങളിൽ കഴിഞ്ഞവർഷം ചെലവായതിനെക്കാളും 9000 കോടിരൂപ ഇതുവരെ ക്യാഷ് ഫ്ലോ വന്നുകഴിഞ്ഞു. കഴിഞ്ഞവർഷത്തെ അപേക്ഷിച്ച് ചെലവ് കുറയ്ക്കാതെ അധികം ചെലവാക്കിത്തന്നെയാണ് ഈ വർഷം പദ്ധതികൾ പൂർത്തീകരിക്കുന്നത്. സംസ്ഥാനത്ത് സാമ്പത്തിക മാനേജ്മെന്റ് സംബന്ധിച്ച പ്രശ്നങ്ങൾ ഉണ്ട് എന്നത് വസ്തുതയാണ്. ആ പ്രശ്നങ്ങൾക്ക് ഒരേയൊരു കാരണം മാത്രമേയുള്ളൂ. അത് കേന്ദ്രത്തിൽനിന്ന് കേരളത്തിന് അവകാശപ്പെട്ട ധനവിഹിതം ലഭിക്കാത്തതാണ്. എന്നിട്ടുപോലും പദ്ധതികൾ ഒന്നുപോലും റദ്ദുചെയ്യാതെ മുന്നോട്ടുപോകാൻ സാധിക്കുന്ന വിധത്തിൽ ക്രമീകരണങ്ങൾ വരുത്തിയ ധനമന്ത്രി ബാലഗോപാലിനെ അഭിനന്ദിച്ചില്ലെങ്കിലും നിന്ദിക്കാതിരിക്കാനെങ്കിലും മാധ്യമങ്ങൾ ശ്രമിക്കണം.

കോൺഗ്രസിന്റെയും ബി ജെ പിയുടെയും നയം ഒന്ന്

സംസ്ഥാനങ്ങളുടെ ധനപരമായ അവകാശങ്ങൾ ഇല്ലാതാക്കുന്ന കാര്യത്തിൽ കോൺഗ്രസിനും ബി ജെ പിക്കും ഒരേ നയവും നിലപാടുമാണ്. ജി എസ് ടി കൊണ്ടുവന്ന നാൾവഴികൾ പരിശോധിച്ചാൽ അത് മനസ്സിലാക്കാനാവും. പ്രണബ് മുഖർജി കേന്ദ്ര ധനകാര്യവകുപ്പ് മന്ത്രിയായപ്പോൾ തുടങ്ങിയതും പി ചിദംബരം ധനമന്ത്രിയായ കാലത്ത് മു

ർത്തമാക്കിയതുമാണ് ബി ജെ പിയുടെ കാലത്ത് ധനമന്ത്രിയായിരുന്ന അരുൺ ജെയ്റ്റ്ലി ആർ എസ് എസ് മൂശയിലിട്ട് നടപ്പാക്കിയത്. ജി എസ് ടി നല്ലതാണെന്ന ധാരണ ആദ്യഘട്ടത്തിൽ ഇടതുപക്ഷത്തിന് ഉണ്ടായിരുന്നുവെങ്കിലും അതിനെക്കുറിച്ച് കൂടുതൽ പഠിച്ചതോടെ ആ ധാരണയിൽ മാറ്റമുണ്ടായി. കേരളത്തിന്റെ ധനകാര്യ വകുപ്പ് മന്ത്രി കെ എൻ ബാലഗോപാൽ രാജ്യസഭയിൽ അംഗമായിരുന്ന കാലത്ത് അദ്ദേഹവും ഇന്നത്തെ സി പി ഐ ദേശീയ ജനറൽ സെക്രട്ടറി ഡി രാജയും ചേർന്ന് പാർലമെന്റിൽ സമർപ്പിച്ച വിയോജനക്കുറിപ്പ് രേഖകളിൽ ഉള്ളതാണ്. സംസ്ഥാനങ്ങളിലെ ധനകാര്യ വകുപ്പ് മന്ത്രിമാർ പിച്ചച്ചട്ടിയുമായി കേന്ദ്രത്തിലേക്ക് വരേണ്ടിവരുമെന്നും ഫെഡറൽ സംവിധാനത്തെ ഇത് ദുർബ്ബലപ്പെടുത്തുമെന്നും അവർ വിയോജനക്കുറിപ്പിൽ ചൂണ്ടിക്കാട്ടി. ഇന്ന് കേരളത്തിന്റെ കാര്യത്തിൽ ആ നിരീക്ഷണം അച്ചട്ടായി. കേരളം മാത്രമല്ല, തെലങ്കാനയും കർണാടകവും തമിഴ്നാട്ടും പഞ്ചാബുമെല്ലാം ഈ വിഷയത്തിൽ കേന്ദ്രത്തിനെതിരെ ശബ്ദിക്കുന്നുണ്ട്. കേരളത്തിൽ നടന്ന കോൺക്ലേവിൽ ഈ സംസ്ഥാനത്തെ ധനകാര്യ മന്ത്രിമാർ പങ്കെടുക്കുകയും സംസ്ഥാനങ്ങളുടെ ആശങ്കകൾ പങ്കുവെക്കുകയും ചെയ്തു.

കേരളത്തിന്റെ മൊത്തം ആഭ്യന്തര ഉൽപ്പാദനത്തിന്റെ (ജി ഡി പി) വളർച്ച 3 ശതമാനത്തിൽനിന്നും വളർന്ന് 3.8 ശതമാനത്തിലെത്തി നിൽക്കുകയാണ്. ഒരു ഘട്ടത്തിൽമാത്രം വളർച്ച 4.1 ശതമാനത്തിലേക്ക് എത്തി. ഇത്രയും ജി ഡി പി നിരക്ക് രേഖപ്പെടുത്തിയിട്ടുള്ള കേരളത്തിന് അർഹതപ്പെട്ട വിഹിതം കേന്ദ്രത്തിൽനിന്നും ലഭിക്കുന്നില്ല. കേരളത്തിന്റെയത്ര ജനസംഖ്യയില്ലാത്ത അസ്സാമിനും ഛത്തീസ്ഗഡിനും ഒറീസയ്ക്കും ഝാർഖണ്ഡിനും 4 ശതമാനത്തിനടുത്ത് വിഹിതംനൽകുമ്പോൾ, കേരളത്തിന് 1.9 ശതമാനംമാത്രമേ കേന്ദ്രം നൽകുന്നുള്ളൂ.

സംസ്ഥാനങ്ങളുടെ ജി എസ് ഡി പി (ഗ്രോസ് സ്റ്റേറ്റ് ഡൊമസ്റ്റിക് പ്രോഡക്റ്റ്)യുടെ കണക്കെടുക്കുമ്പോൾ, കേരളത്തിന്റേത് 3.8 ശതമാനവും പശ്ചിമബംഗാളിന്റേത് 5.6 ശതമാനവും ഉത്തർപ്രദേശിന് 8.4 ശതമാനവും കർണ്ണാടകത്തിന് 8.2 ശതമാനവുമാണ്. ഇന്ത്യയുടെ 100 രൂപ വരുമാനത്തിൽ 3.8 രൂപ നൽകുന്ന കേരളത്തിന് സംസ്ഥാന വിഹിതമായി ലഭിക്കുന്നത് 1.90 രൂപ മാത്രമാണ്. അതേസമയം 9.5 ശതമാനം വരുമാനം രാജ്യത്തിന് നൽകുന്ന ഉത്തർപ്രദേശുപോലുള്ള സംസ്ഥാനങ്ങൾക്ക് സംസ്ഥാന വിഹിതമായി കേന്ദ്രത്തിൽനിന്നും ലഭിക്കുന്നത് 18 ശതമാനമാണ്. കേരളത്തോടുള്ള കേന്ദ്രസർക്കാരിന്റെ ചിറ്റമ്മനയത്തിന് ഇതിൽപ്പരമൊരു ഉദാഹരണം വേറെ ആവശ്യമില്ല.

കുതിപ്പിന്റെ പാതയിലാണ് കേരളം

അടിസ്ഥാന സൗകര്യ വികസനമേഖലയിലെ കണക്കുകൾ പരിശോധിക്കുമ്പോൾ കേരളം ഏറെ മുന്നിലാണെന്ന് കാണാനാവും. മാനവ വിഭവശേഷിയുടെ എല്ലാ ഘടകങ്ങളിലും കേരളം മുന്നിലാണ്. നീതി ആയോഗ്, ആർ ബി ഐ, ദേശീയ കുടുംബാരോഗ്യ സർവ്വെ, യുണൈറ്റഡ് നേഷൻസ് ഡെവലപ്മെന്റ് പ്രോഗ്രാം, ഇന്ത്യ സ്കിൽസ് റിപ്പോർട്ട് ഉടങ്ങി സമീപകാലത്ത് പുറത്തുവന്ന റിപ്പോർട്ടുകളിലെല്ലാം കേരളത്തിന്റെ മുന്നേറ്റം കാണാനാവും. നീതി ആയോഗിന്റെ Multidimensional Poverty Index (MPI)ൽ രാജ്യത്തെ ഏറ്റവും ദാരിദ്ര്യംകുറഞ്ഞ സംസ്ഥാനം കേരളമാണ്.

കേരളത്തിലെ ശിശുമരണനിരക്ക് ആയിരത്തിൽ ആറാണ്. അഖിലേന്ത്യ അനുപാതത്തിൽ അത് 28 ആണ്. ഏറ്റവും കുറവ് മാതൃമരണനിരക്കുള്ള സംസ്ഥാനം കേരളമാണ്. ദേശീയതലത്തിൽ മാതൃമരണനിരക്ക് 97 ആയി ഉയർന്നുനിൽക്കുമ്പോഴാണ് കേരളം 19 ൽനിന്നും താഴേക്ക് പോകുന്നത്. കേരളത്തിന്റെ ശരാശരി ആയുർദൈർഘ്യം 75 വയസ്സാണ്. ഇന്ത്യയിലെ ശരാശരി 70 വയസ്സാണ്. സ്കൂളുകളുടെ അടിസ്ഥാന സൗകര്യ വികസനം, മറ്റ് സുസ്ഥിര വികസന സൂചികകൾ, മാനവ വികസന സൂചിക, നീതി ആയോഗിന്റെ സ്റ്റേറ്റ് ഹെൽത്ത് ഇൻഡക്സ് എന്നിവയിലെല്ലാം കേരളം മുന്നിലാണ്. ആർ ബി ഐയുടെ ഹാൻഡ് ബുക്കിലെ മനുഷ്യവിഭവ വികസന സൂചികയിലും ഒന്നാം സ്ഥാനത്ത് കേരളമാണ്. കേരളത്തിലെ അതിദരിദ്രരുടെ എണ്ണം 0.44 ശതമാനമാണ്. ഉത്തർപ്രദേശിൽ 22.93 ശതമാനവും മദ്ധ്യപ്രദേശിൽ 20.63 ശതമാനവുമാണ് അതിദരിദ്രരുള്ളത്. ജീവിത ദൈർഘ്യത്തിന്റെ സൂചിക, പോഷകാഹാരക്കുറവുള്ള കുട്ടികളുടെ എണ്ണത്തിലുള്ള കുറവ് എന്നിവയിലെല്ലാം നമ്മുടെ സംസ്ഥാനം മുന്നിലാണ്. കേരളത്തിലെ 98.7 ശതമാനം വീടുകളിലും ശൗചാലയമുണ്ടെന്നാണ് കണക്ക്. ഇക്കാര്യത്തിലും കേരളം ഒന്നാമതാണ്. രണ്ടാം സ്ഥാനത്തുനിൽക്കുന്ന പഞ്ചാബിൽ ശൗചാലയമുള്ളത് 86.6 ശതമാനമാണ്. പെൺകുട്ടികളുടെ സ്കൂൾ പ്രവേശനത്തിന്റെ നിരക്ക് പരിശോധിക്കുമ്പോൾ കേരളത്തിലെ 95.5 ശതമാനം കുട്ടികളും സ്കൂളിൽ ചേരുന്നുണ്ട്. കുട്ടികൾ കൊഴിഞ്ഞുപോകുന്നത് തടയുന്ന കാര്യത്തിലായാലും ദരിദ്രരും സാധാരണക്കാരും തമ്മിലുള്ള അന്തരത്തിന്റെ കുറവിലും മറ്റ് സംസ്ഥാനങ്ങളുമായി താരതമ്യം ചെയ്യുമ്പോൾ കേരളം മെച്ചപ്പെട്ട നിലവാരം പുലർത്തുന്നു.

2024 ലെ ഇന്ത്യ സ്കിൽസ് റിപ്പോർട്ട് പ്രകാരം രാജ്യത്തെ യുവജനങ്ങൾ ഏറ്റവുംകൂടുതൽ ഇഷ്ടപ്പെടുന്ന തൊഴിലിടം കേരളമാണ്. 18 മുതൽ 21 വരെ പ്രായത്തിലുള്ളവർക്ക് മികച്ച തൊഴിൽ സാദ്ധ്യത ഉറപ്പാക്കുന്ന കാ

ര്യത്തിൽ കൊച്ചകേരളം രണ്ടാമതുണ്ട്. 18 മുതൽ 21 വരെ പ്രായത്തിലുള്ള വർ തൊഴിൽ ചെയ്യാൻ ഇഷ്ടപ്പെടുന്ന നഗരം തിരുവനന്തപുരമാണെന്ന് പഠനറിപ്പോർട്ടിൽ പറയുന്നു. ഇന്ത്യയിൽ സ്ത്രീകളും പുരുഷന്മാരും പ്രായവ്യത്യാസമില്ലാതെ ജോലിചെയ്യാൻ ഇഷ്ടപ്പെടുന്ന നഗരങ്ങളിൽ കൊച്ചിയും തിരുവനന്തപുരവും മുൻനിരയിലാണെന്ന് സ്കിൽസ് ഇന്ത്യ റിപ്പോർട്ടിൽ കാണാനാവും. ഇന്ത്യയിലെ വനിതകൾ ജോലിചെയ്യാൻ ഏറ്റവും കൂടുതൽ ഇഷ്ടപ്പെടുന്ന ഒരു നഗരം നമ്മുടെ കൊച്ചിയാണ്. കമ്പ്യൂട്ടർ സ്കില്ലിന്റെ കാര്യത്തിൽ ഇന്ത്യയിലെ ഒന്നാമത്തെ നഗരം തിരുവനന്തപുരമാണ്. കമ്പ്യൂട്ടർ സ്കില്ലിന്റെ കാര്യത്തിൽ മൂന്നാം സ്ഥാനത്തുള്ള സംസ്ഥാനമായി കേരളം മുന്നോട്ടുവന്നിട്ടുണ്ട്.

സാമ്പത്തിക ബുദ്ധിമുട്ടുകൾക്കിടയിലും സാമൂഹ്യക്ഷേമ പെൻഷൻ ഉൾപ്പെടെ പെൻഷൻതുകയിൽ വർദ്ധനവ് വരുത്തി വിതരണം ചെയ്യാൻ ഇടതുപക്ഷ സർക്കാരിന് സാധിക്കുന്നു. കിഫ്ബിയുടെ പേരിലും പെൻഷൻ കമ്പനിയുടെ പേരിലും കേന്ദ്രം വലിയ വെട്ടിക്കുറവ് വരുത്തുന്നുണ്ട്. ഒരു വർഷം സാധാരണ നിലയിൽ കിഫ്ബിയുടെയും പെൻഷൻ കമ്പനിയുടെയും ഇനങ്ങളിൽ ഏകദേശം പന്ത്രണ്ടായിരം കോടി രൂപ ചെലവാകുന്നുണ്ട്. ഈ വിഹിതവും കേന്ദ്രം വെട്ടിക്കുറച്ചിരിക്കുന്നു. മുൻവർഷങ്ങളിൽ എടുത്ത കിഫ്ബി കടത്തിന്റെ പേരിലും സംസ്ഥാനത്തിന് ലഭ്യമാകേണ്ട വിഹിതത്തിൽ കുറവുവരുത്തുന്നു. കേന്ദ്രത്തിന്റെ ഇത്തരം കേരള വിരുദ്ധ നടപടികളിൽ ഇടതുപക്ഷ ജനാധിപത്യ മുന്നണി സർക്കാർ പതറിപ്പോവുന്നില്ല.

കേരളത്തിന് മുകളിൽ കേന്ദ്രം അടിച്ചേൽപ്പിക്കുന്ന സാമ്പത്തിക ഉപരോധം ഏവർക്കും അറിവുള്ള കാര്യമാണ്. ആ വസ്തുതകൾ മുന്നിൽ നിൽക്കെയാണ് കോൺഗ്രസ് മുസ്ലീംലീഗ് നേതൃത്വത്തിൽ പ്രതിപക്ഷവും കേന്ദ്ര ഭരണകക്ഷിയായ ബി ജെ പിയും മാധ്യമങ്ങളുടെ സഹായത്തോടെ പിണറായി വിജയൻ സർക്കാരിനെതിരെ വിമർശനങ്ങളുമായി വരുന്നത്. യു ഡി എഫിന്റെ ഭരണകാലത്ത് കേന്ദ്രസർക്കാർ ഈ വിധത്തിലുള്ള സാമ്പത്തിക ഉപരോധം നടപ്പിലാക്കിയിരുന്നില്ല. ഒരു സാമ്പത്തിക ബുദ്ധിമുട്ടും സംസ്ഥാനത്ത് ഉണ്ടായിരുന്നില്ല. ആ കാലയളവിൽ ജനങ്ങൾക്കുണ്ടായ ബുദ്ധിമുട്ടുകൾ വിവരണാതീതമാണ്. യു ഡി എഫ് കാലത്ത് 600 രൂപയായിരുന്നു ക്ഷേമപെൻഷൻ. അവർ അത് വർദ്ധിപ്പിക്കാൻ തയ്യാറായില്ല. മാത്രമല്ല 18 മാസത്തെ പെൻഷൻ കുടിശ്ശികയും വരുത്തി. കർഷക തൊഴിലാളികളടക്കമുള്ള ദുർബ്ബല ജനവിഭാഗങ്ങൾ യു ഡി എഫ് കാലത്ത് വലിയ ബുദ്ധിമുട്ടിലായിരുന്നു. പാവപ്പെട്ട ജനവിഭാഗങ്ങൾ ജീവിതം നിലനിർത്താൻവേണ്ടി പ്രക്ഷോഭങ്ങളുമായി തെരുവിലിറങ്ങാൻ നിർബ്ബന്ധിതരായ കാലഘട്ടമായിരുന്നു അത്. അക്കാലത്ത്

ശമ്പളത്തിനായി കെ എസ് ആർ ടി സി ജീവനക്കാർ സമരത്തിലായിരുന്നു. പെൻഷൻ ഉപഭോക്താക്കൾ ആത്മഹത്യ ചെയ്തു. അന്ന് യു ഡി എഫുകാർ ഭരണത്തിൽ നിന്നിറങ്ങുമ്പോൾ കട്ടുംവെട്ട് വെട്ടി ഖജനാവ് കാലിയാക്കിയിരുന്നു. ഇന്ന് യു ഡി എഫ് കാലത്തെ അവസ്ഥയല്ല. കേന്ദ്രസർക്കാർ കേരളത്തെ സാമ്പത്തികമായി ശ്വാസംമുട്ടിക്കുകയാണ്. എന്നിട്ടും കെ എസ് ആർ ടി സി ജീവനക്കാർക്ക് ശമ്പളവും പെൻഷനും നൽകാൻ ഇടതുപക്ഷ സർക്കാരിന് സാധിക്കുന്നുണ്ട്. പ്രതിമാസം 50 കോടിയോളം രൂപ ഇതിനായി മാറ്റിവെക്കുകയാണ്. ക്ഷേമപെൻഷനടക്കം എല്ലാ പെൻഷനുകളും കൃത്യമായി വിതരണം ചെയ്യുന്നുണ്ട്.

രാജ്യമാകെയുള്ള പൊതുമേഖലാ സ്ഥാപനങ്ങളെ വിറ്റുതുലയ്ക്കുന്ന നടപടികളുമായി കേന്ദ്രസർക്കാരിന്റെ നേതൃത്വത്തിൽ വലതുപക്ഷം മുന്നോട്ടുപോകുമ്പോൾ കേരളം പൊതുമേഖലയെ സംരക്ഷിക്കുന്ന നിലപാടിൽ വെള്ളംചേർക്കുന്നില്ല. അടച്ചുപൂട്ടാൻ തീരുമാനിച്ച പല സർക്കാർ സ്കൂളുകളും അത്യാധുനിക സംവിധാനങ്ങളോടെ കുട്ടികളുടെ ഇഷ്ടസ്കൂളുകളായി പ്രവർത്തിക്കുന്നു. ആരോഗ്യരംഗത്ത് വലിയ തോതിൽ പണം ചെലവഴിക്കാൻ സംസ്ഥാന സർക്കാർ തയ്യാറാവുന്നു. കേരളത്തിലെ ആരോഗ്യമേഖല രാജ്യത്തിന് മാതൃകയായി മാറുന്നു. യുവജനങ്ങൾക്ക് കരുതലേകാനും ഇടതുപക്ഷ സർക്കാർ പ്രതിസന്ധികൾക്കിടയിലും തയ്യാറാവുന്നുണ്ട്. ഇന്ത്യയിലാകെ നടക്കുന്ന പി എസ് സി വഴിയുള്ള നിയമനങ്ങൾ പരിശോധിക്കുമ്പോൾ അതിൽ 65 ശതമാനവും കേരളത്തിലാണ് നടക്കുന്നത്. രാജ്യത്തെ ജനസംഖ്യയുടെ മൂന്ന് ശതമാനം മാത്രമാണ് കേരള ജനത. കേരളത്തേക്കാൾ പതിൻമടങ്ങ് വ്യാപ്തിയുള്ള സംസ്ഥാനങ്ങൾ പി എസ് സി നിയമനത്തിന്റെ കാര്യത്തിൽ ബഹുകാതം പിറകിലാണ്. കേന്ദ്രസർക്കാരിൽ മാത്രം പത്തുലക്ഷം ഒഴിവുകളുണ്ട്. അത് നികത്താനുള്ള നടപടികൾ കേന്ദ്രം സ്വീകരിക്കുന്നില്ല. കേരളത്തിലെ സർക്കാർ ജീവനക്കാരുടെ ഡി എ കുടിശ്ശിക നൽകാനുള്ള നടപടികളും പുരോഗമിക്കുകയാണ്. കേന്ദ്രസർക്കാർ ജീവനക്കാർക്ക് കാലമേറെയായി ശമ്പളപരിഷ്കരണം ഉൾപ്പെടെയുള്ള അവകാശങ്ങൾ അനുവദിക്കപ്പെട്ടിട്ടില്ല. കേരളത്തിൽ ഇടതുപക്ഷ സർക്കാരുള്ളതുകൊണ്ട് മാത്രമാണ് എല്ലാ മേഖലയിലും മുന്നോട്ടുപോകാൻ സാധിക്കുന്നത്.

വികസിത മദ്ധ്യയൂറോപ്യൻ രാജ്യങ്ങളുടെ നിലവാരത്തിലേക്ക് കേരളം എത്തിയിരിക്കുന്നു എന്നാണ് വിദഗ്ദ്ധർ അഭിപ്രായപ്പെടുന്നത്. കഴിഞ്ഞ മൂന്നുവർഷംകൊണ്ട്, പാലങ്ങളും റോഡുകളും ഉൾപ്പെടുന്ന വികസന പ്രവർത്തനങ്ങൾക്കുവേണ്ടി ബജറ്റ് വിഹിതം ചെലവാക്കിയതുകൂടാതെ 19,000 കോടി രൂപയുടെ കിഫ്ബി പ്രോജക്ടുകളും സർക്കാർ ഏറ്റെടുത്തിട്ടുണ്ട്. ഓരോ മേഖലയിലും വികസന പ്രവർത്തനങ്ങൾക്കാവ

ശ്യമായ പണം ചെലവഴിക്കുകയാണ്. വിഴിഞ്ഞം പദ്ധതിയാണ് ഏറ്റവും നല്ല ഉദാഹരണം. സംസ്ഥാന സർക്കാർ അയ്യായിരത്തിലധികം കോടി രൂപയാണ് ആ വലിയ വികസന പദ്ധതിയിൽ നിക്ഷേപിക്കുന്നത്. നിലവിൽ 4000 കോടി രൂപയുടെ പ്രോജക്ട് എഗ്രിമെന്റാണ് നൽകി യിരിക്കുന്നത്. കൂടാതെ പോർട്ടുമായി ബന്ധിപ്പിക്കുന്ന റെയിൽവേ ലൈനുമായി ബന്ധപ്പെട്ട് 1500 കോടി രൂപയുടെ അനുമതിയും സർക്കാർ നൽകി. റോഡ്, നാഷണൽ ഹൈവേ, റെയിൽവേ തുടങ്ങി എല്ലാ മേഖല യിലും സംസ്ഥാന സർക്കാർ ഫണ്ട് ചെലവഴിക്കുന്നു. പാലക്കാട് മുതൽ എറണാകുളംവരെയും കണ്ണൂരിലേക്കുമുള്ള വ്യവസായ ഇടനാഴികൾക്കു വേണ്ടി 13000 കോടി രൂപയാണ് ഇടത് സർക്കാർ അനുവദിച്ചത്. വ്യ ത്യസ്ത പദ്ധതികളുടെ ഭാഗമായി കൂടുതൽ തൊഴിലവസരങ്ങൾ സംസ്ഥാ നത്തുണ്ടാകുന്നുണ്ട് എന്നതും കാണേണ്ടതുണ്ട്.

വളർത്തുന്ന ഇടതുപക്ഷവും തളർത്തുന്ന വലതുപക്ഷവും

2006 ൽ വി എസ് അച്യുതാനന്ദന്റെ നേതൃത്വത്തിലുള്ള എൽ ഡി എഫ് സർക്കാരിന്റെ കാലത്ത് നികുതിയുടെ വളർച്ചാ നിരക്ക് 23.24 ശത മാനമായിരുന്നു. 2011 ൽ യു ഡി എഫ് അധികാരത്തിലെത്തിയപ്പോൾ ആ സർക്കാരിന്റെ കെടുകാര്യസ്ഥത നിമിത്തം നികുതി വരുമാന വളർച്ചാ നിരക്ക് 10.8 ശതമാനമായി കുറഞ്ഞു. ഉമ്മൻചാണ്ടിയുടെ നേ തൃത്വത്തിലുള്ള ആ സർക്കാരിന്റെ അവസാന നാളുകളിൽ നികുതി വരുമാന വളർച്ച 5.6 ശതമാനമായി കുറഞ്ഞു. 2016 ൽ പിണറായി വിജയന്റെ നേതൃത്വത്തിൽ എൽ ഡി എഫ് സർക്കാർ അധികാരത്തി ലെത്തി. പ്രളയവും കോവിഡും ദുരിതംവിതച്ച കാലമായിരുന്നു അത്. എന്നിട്ടുപോലും ആ സർക്കാർ സംസ്ഥാനത്തെ നികുതി വരുമാനത്തിൽ വർദ്ധനവുണ്ടാക്കി. ജനങ്ങൾ ആ സർക്കാരിന് ഭരണത്തുടർച്ച നൽകി. 2021 ൽ എൽ ഡി എഫ് സർക്കാർ വീണ്ടും അധികാരത്തിൽ വന്നു. 2021-22 ൽ നികുതി വരുമാനം 22.41 ശതമാനമായിരുന്നത് 2022-23 ൽ 23.36 ശതമാനമായി വർദ്ധിച്ചു. അപ്പോഴാണ് 47,000 കോടി രൂപയിൽനിന്നും 74,000 കോടി രൂപയിലേക്ക് നികുതി വർദ്ധനവുണ്ടായത്.

കേരളത്തിന് അവകാശപ്പെട്ട കേന്ദ്ര വിഹിതങ്ങൾ ലഭിക്കാത്ത വിഷയത്തിൽ സംസ്ഥാന സർക്കാർ നിയമപോരാട്ടത്തിന് ഇറങ്ങാൻ നിർബ്ബന്ധിതരായത് കേരളത്തോടുള്ള വിവേചനം സമാനതകളില്ലാത്ത ആക്രമണമായതിനാലാണ്. ഫെഡറൽ മൂല്യങ്ങളെയാകെ അപ്രസക്ത മാക്കി, ഭരണഘടനാ നിബന്ധനകളെ കാറ്റിൽപ്പറത്തി, വൈര്യനി ര്യാതന ബുദ്ധിയോടെ, രാഷ്ട്രീയമായ കുടിപ്പകയോടെ ഒരു സംസ്ഥാന സർക്കാരിനെ കേന്ദ്രസർക്കാർ ഈ വിധത്തിൽ വേട്ടയാടുന്നതിന് രാജ്യ

ത്ത് വേറെ ഉദാഹരണങ്ങളില്ല. കേരളം മലയാളികളുടെ മാതൃഭൂമിയാണ ല്ലോ. കേരളത്തിന്റെ നിലനിൽപ്പിന് ഭീഷണിയാവുന്നവിധത്തിലുള്ള നട പടികളുമായി കേന്ദ്രസർക്കാർ മുന്നോട്ടുപോകുമ്പോൾ സ്വാഭാവികമായും മലയാളികൾ കൈകോർക്കും. ജാതി-മത-രാഷ്ട്രീയ ഭേദമന്യേ നമ്മുടെ മാതൃഭൂമിക്കുവേണ്ടി നിലകൊള്ളും. എന്നാൽ, ഇവിടെ സംഭവിക്കുന്നതെ ന്താണ്! മലയാളികളെ രാഷ്ട്രീയത്തിന്റെ പേരിൽ ഭിന്നിച്ചുനിൽക്കാൻ പ്രേരിപ്പിക്കയാണ്. കോൺഗ്രസും അവർ നേതൃത്വംനൽകുന്ന വലതുപ ക്ഷ മുന്നണിയിലെ പാർട്ടികളും ബി ജെ പിയും കൂടെയുള്ള പാർട്ടികളും കേരള സർക്കാരിനെ ശ്വാസംമുട്ടിച്ചുകൊല്ലാനുള്ള കേന്ദ്രസർക്കാർ നടപ ടികൾക്ക് പിന്തുണ നൽകുന്നു. അവരുടെ പ്രവർത്തകരോടും അനുഭാവി കളോടും കേരളത്തിനൊപ്പം നിൽക്കരുതെന്ന് പറയുന്നു. കേന്ദ്രം അടി ച്ചേൽപ്പിക്കുന്ന സാമ്പത്തിക ബുദ്ധിമുട്ടുകളെ മറികടക്കാൻ സംസ്ഥാന സർക്കാർ മുന്നോട്ടുവെക്കുന്ന സാമ്പത്തിക മാനേജ്മെന്റിനെയും തനത് വരുമാനം വർദ്ധിപ്പിക്കാനുള്ള നടപടികളെയും അട്ടിമറിക്കാനും ഇക്കൂട്ടർ പരിശ്രമിക്കുന്നു. ഇത്തരം കേരള വിരുദ്ധ നീക്കങ്ങളെ ജനങ്ങൾ സൂക്ഷ്മ മായി നിരീക്ഷിക്കുന്നുണ്ട്. മലയാളികളുടെ മാതൃഭൂമിയായ കേരളത്തെ ഇല്ലാതാക്കാനുള്ള കേന്ദ്ര സർക്കാരിന്റേയും പ്രതിപക്ഷത്തിന്റേയും നീ ക്കങ്ങൾക്കെതിരെ പൊതുജന വികാരം ഉയർന്നുവരുന്നുണ്ട്. കർഷക തൊഴിലാളികളടക്കമുള്ള പാവപ്പെട്ട ജനവിഭാഗങ്ങൾക്ക് കേരളത്തി നെതിരെ നിൽക്കുന്ന, സാമൂഹ്യക്ഷേമ പെൻഷനടക്കമുള്ള കരുതലുകൾ ഇല്ലായ്മചെയ്യാൻ പരിശ്രമിക്കുന്ന രാഷ്ട്രീയശക്തികളെ തിരിച്ചറിഞ്ഞ് പ്ര തിരോധിക്കാനുള്ള ഉത്തരവാദിത്തമുണ്ട്.

വിശ്വാസ്യത നഷ്ടപ്പെട്ട മാധ്യമപ്രവർത്തനം

കേരളത്തിലെ മാധ്യമങ്ങളുടെ നിലവിട്ട പോക്ക് എല്ലാ പരിധിക ളും ലംഘിച്ചിരിക്കയാണ്. എന്തും വിളിച്ചുപറയാമെന്ന മനോഭാവമാണ് മാധ്യമങ്ങൾ വെച്ചുപുലർത്തുന്നത്. ഇടതുപക്ഷ വിരോധമാണ് ഇക്കൂട്ടരു ടെ മാധ്യമപ്രവർത്തന രീതി. പച്ചക്കള്ളങ്ങൾ യാതൊരു ഉളുപ്പുമില്ലാതെ വാർത്തകളെന്നുള്ള നിലയിൽ പ്രസിദ്ധീകരിക്കുകയും പ്രക്ഷേപണം ചെ യ്യുകയും ചെയ്യുന്നു. മാധ്യമപ്രവർത്തകരുടെ തരംതാണ വ്യാഖ്യാനങ്ങൾ പൊതുസമൂഹത്തിലേക്ക് ഇടിച്ചിറക്കി പൊതുബോധം നിർമ്മിക്കാൻ ശ്രമിക്കുന്നു. ഉത്തരവാദപ്പെട്ട പല സംവിധാനങ്ങളും ഈ പൊതുബോധ ത്തിനു മുകളിൽ അൽപ്പനേരമെങ്കിലും സംശയാലുക്കളായി നിന്നുപോകു ന്നു. എത്രമാത്രം അപകടകരമായ ഒരവസ്ഥയാണിത്.

നേരത്തെ പത്ര-ദൃശ്യ മാധ്യമങ്ങളിൽ അക്ഷരത്തെറ്റ്, വ്യാകരണ ത്തെറ്റ്, ഒപ്പം വസ്തുതാപരമായ പിശക് എന്നിവ സംഭവിച്ചാൽ തെറ്റ് തിരുത്തുന്നതും വായനക്കാരെയും പ്രേക്ഷകരെയും അറിയിക്കുന്നതും സാധാരണമായിരുന്നു. ആ മാന്യമായ മാധ്യമ പ്രവർത്തന രീതിക്കാണ് ഇപ്പോൾ തിരശ്ശീല വീണിരിക്കുന്നത്. നുണയാണെന്നറിഞ്ഞ് വ്യാജ വാർത്തകൾ സൃഷ്ടിക്കുകയാണ്. അത്തരം നിർമ്മിതികൾക്കായി രാഷ്ട്രീയ ഗൂഢാലോചന നടത്തുന്നു. ചില രാഷ്ട്രീയ പാർട്ടികളുടെ പി ആർ ടീമിനെപ്പോലെ നിഷ്പക്ഷമെന്ന് മേനിനടിക്കുന്ന മാധ്യമങ്ങൾ പ്രവർത്തിക്കുന്നു. ഇത്തരം പ്രവർത്തനങ്ങൾക്ക് പിന്നിൽ സാമ്പത്തിക ഇടപാടുകളുണ്ടെന്ന ആരോപണം സമൂഹത്തിൽ വ്യാപകമാവുന്നുണ്ട്. എന്നിട്ടും മാധ്യമപ്രവർത്തനത്തിന്റെ നൈതീകത തിരികെപ്പിടിക്കാൻ മാധ്യമങ്ങളുടെ ഭാഗത്തുനിന്നും ഒരു നീക്കവുമുണ്ടാവുന്നില്ല.

കഴിഞ്ഞ ഒക്ടോബർ അവസാനം പുറത്തിറങ്ങിയ *മലയാള മനോരമ* പത്രം അത്തരത്തിലൊരു വാർത്ത നിർമ്മിച്ചത് വലിയ ചർച്ചയായിരുന്നു. നടക്കാത്ത കാര്യങ്ങളിൽനിന്ന് വാർത്തയുണ്ടാക്കുന്ന അധമ മാധ്യമ പ്രവർത്തനത്തെപ്പറ്റി ഉദാഹരിക്കാൻ മാധ്യമപ്രവർത്തനം പഠിക്കുന്ന വിദ്യാർത്ഥികൾക്ക് ഈ *മനോരമ* വാർത്തയെ ആശ്രയിക്കാം. 'വാർഡ് വിഭജനത്തിൽ രാഷ്ട്രീയമെന്ന് ആരോപണം: തർക്കം' എന്ന തലക്കെട്ടിലാണ് അന്നത്തെ *മനോരമ* ഇറങ്ങിയത്. അഞ്ചുകോളം വാർത്തയാണ്. കോഴിക്കോട് കോർപ്പറേഷൻ കൗൺസിൽ യോഗത്തിൽ നടന്നതെന്നാണ് *മനോരമ* പറയുന്നത്. കൗൺസിൽ യോഗം നാളെയാണ് ചേരുന്നതെങ്കിൽ ഇന്നാണ് *മനോരമ*യിൽ വാർത്ത പ്രസിദ്ധീകരിച്ച് വന്നത്. ചേരാത്ത കോർപ്പറേഷൻ കൗൺസിൽ യോഗത്തിൽ വാർഡ് വിഭജനത്തെച്ചൊല്ലി തർക്കവും ബഹളവും എന്ന് വാർത്തയെഴുതുന്നതിലെ 'രാഷ്ട്രീയം' കോൺഗ്രസിനും യു ഡി എഫിനും ബി ജെ പിക്കും വേണ്ടിയുള്ളതാണ്.

ഈ തെറ്റ് *ദേശാഭിമാനി*പോലുള്ള ചില മാധ്യമങ്ങളും സോഷ്യൽ മീഡിയയും ചൂണ്ടിക്കാട്ടി. ചിലർ *മനോരമ*യുടെ എഡിറ്ററെത്തന്നെ ഫോണിൽ ബന്ധപ്പെട്ട് തെറ്റാണെന്ന് ബോദ്ധ്യപ്പെടുത്തി. കോഴിക്കോട് കോർപ്പറേഷനും *മലയാളമനോരമ*യോട് ചെയ്തത് തെറ്റാണെന്ന് ബോധ്യപ്പെടുത്തി. എന്നിട്ടുപോലും ആ വാർത്ത പ്രസിദ്ധീകരിച്ചതിൽ ഒരു ഖേദം പ്രകടിപ്പിക്കാൻ *മലയാളമനോരമ* തയ്യാറായില്ല. ഒരുദിവസം നേരത്തെ പ്രസിദ്ധീകരിക്കുന്നതിന് പകരം ആ വാർത്ത കൗൺസിൽ കഴിഞ്ഞുള്ള ദിവസങ്ങളിലാണ് പ്രസിദ്ധീകരിച്ചിരുന്നതെങ്കിൽ ഒരു സത്യകഥ പോലെ പ്രചരിക്കപ്പെട്ടേനെ.

ഇതിൽനിന്നും മനസ്സിലാക്കാനാവുന്നത് *മനോരമാദി* മാധ്യമങ്ങൾ

ണവാർത്തകൾ മെനഞ്ഞെടുക്കാനുള്ള ഒരു ടീമിനെ തങ്ങളുടെ സ്ഥാപനങ്ങളിൽ കൂലിക്ക് വെച്ചിട്ടുണ്ട് എന്നാണ്. അവർ തങ്ങളുടെ രാഷ്ട്രീയ യജമാനൻമാരെ തൃപ്തിപ്പെടുത്താൻ പറ്റുന്നവിധത്തിലുള്ള വാർത്തകൾ ശൂന്യതയിൽനിന്നും സൃഷ്ടിക്കുന്നു. അവർ പത്രങ്ങളിൽ പ്രസിദ്ധീകരിക്കുകയും ചാനലുകളിൽ പ്രക്ഷേപണം ചെയ്യുകയുമാണ്. ഇത്തരം വാർ ത്താനിർമ്മിതികളുടെ ആത്യന്തിക ലക്ഷ്യം ഇടതുപക്ഷത്തെ പൊതുസമൂഹത്തിനുമുന്നിൽ വിലകെടുത്തുക എന്നതാണ്. നേരായ വഴിക്ക് ശ്രമിച്ചാൽ ഇടതുപക്ഷത്തെ ഒരുവിധത്തിലും ദുർബ്ബലപ്പെടുത്താനാകില്ലെന്ന തിരിച്ചറിവ് ഈ മാധ്യമങ്ങൾക്കും അവരുടെ രാഷ്ട്രീയ യജമാനൻമാർക്കുമുണ്ട്. അതിനാലാണ് ഇത്തരം നെറികെട്ട രീതികൾ അവർ അവലം ബിക്കുന്നത്.

ഇത് *മലയാളമനോരമ*യുടെ മാത്രം രീതിയല്ല. മിക്കവാറും വാർത്താമാധ്യമങ്ങൾ ഇതേ രീതിയാണ് അനുവർത്തിക്കുന്നത്. നട്ടാൽ മുളയ്ക്കാത്ത നുണക്കഥകൾ സത്യമെന്ന വ്യാജേന ജനങ്ങളുടെ തലച്ചോറിലേക്ക് കുത്തിക്കയറ്റുകയാണ്. ഇടതുപക്ഷ വിരുദ്ധതകൊണ്ട് മനോനില തെറ്റിയപോലെയാണ് *മനോരമാദി*കൾ നിൽക്കുന്നത്. കഴിഞ്ഞ നിയമസഭാ തെരഞ്ഞെടുപ്പിൽ കായംകുളത്ത് തോറ്റ യു ഡി എഫ് സ്ഥാനാർഥി അരിത ബാബു ജയിച്ചെന്നും അത് സി പി ഐ (എം) ലെ വിഭാഗീയതയാലാണെന്നും വെണ്ടയ്ക്ക അക്ഷരത്തിൽ ഓൺലൈൻ എഡിഷനിൽ പ്രസിദ്ധീകരിച്ചവരാണ് *മനോരമ*ക്കാർ. അവിടെ എൽ ഡി എഫ് സ്ഥാനാർത്ഥി 6298 വോട്ടിന്റെ ഭൂരിപക്ഷത്തിൽ വിജയിച്ചതായി പ്രഖ്യാപിച്ചതിനുശേഷമാണ് *മനോരമ* നേരത്തെ തയ്യാറാക്കിയ യു ഡി എഫ് വിജയ വാർത്ത പ്രസിദ്ധീകരിച്ചത്.

ദുരിതാശ്വാസ ക്യാമ്പിലെ ദുരിതബാധിതരെ സഹായിക്കാൻ വേണ്ടി അഹോരാത്രം യത്നിച്ച ഓമനക്കുട്ടനെന്ന പൊതുപ്രവർത്തകനെ സാമ്പത്തിക തട്ടിപ്പുകാരനായി ചിത്രീകരിക്കാൻ ഏഷ്യാനെറ്റിന്റെ നേതൃത്വത്തിൽ ദൃശ്യമാധ്യമങ്ങളും പത്രമാധ്യമങ്ങളും മത്സരിച്ചത് അദ്ദേഹം സി പി ഐ (എം) പ്രവർത്തകനായതുകൊണ്ടുമാത്രമാണ്. വലതുപക്ഷത്തുള്ള രാഷ്ട്രീയ പാർട്ടികൾക്കുവേണ്ടി വിടുപണിചെയ്യുമ്പോൾ കേരളീയരെയാകെ ബുദ്ധിമുട്ടിക്കുന്നവിധത്തിൽ വാർത്താ നിർമ്മിതികൾ നടത്താൻ മാധ്യമങ്ങൾ നിർബ്ബന്ധിതമാവുന്നുണ്ട്.

മുണ്ടക്കൈ ദുരന്തത്തിൽ ഹൈക്കോടതിയിൽ സംസ്ഥാനം സമർപ്പിച്ച പ്രതീക്ഷിത എസ്റ്റിമേറ്റിനെ ചെലവഴിച്ച തുകയായി ചിത്രീകരിച്ച് സർക്കാരിനെതിരെ വാർത്തചമയ്ക്കാൻ ശ്രമിച്ചത് അത്തരമൊരു നീക്കമായിരുന്നു. ഇത് പ്രതീക്ഷിത കണക്കാണെന്ന് സർക്കാർ വ്യക്തമാക്കിയശേഷവും അതിനെ കണക്കിനെച്ചൊല്ലി വിവാദമെന്നാക്കി വാർ

ത്തകൾ ചമച്ച അതേസമയം, ദുരന്തം കഴിഞ്ഞ് മാസങ്ങൾ പിന്നിട്ടിട്ടും കേരളത്തിന് അർഹമായ സഹായം നൽകാത്ത കേന്ദ്രനിലപാടിനെക്കുറിച്ച് ഒരക്ഷരം മിണ്ടാനോ എഴുതാനോ മാധ്യമങ്ങൾ തയ്യാറാവുന്നുമില്ല.

ഞാനിതെഴുതുന്ന സമയത്ത് ടി വി യിൽക്കൂടി സ്ക്രോൾ ചെയ്യുന്നത്. എ ഡി എം നവീൻ ബാബുവിന്റെ മരണത്തിൽ പി പി ദിവ്യക്ക് പോലീസ് സഹായം എന്നാണ്. പൊലീസും പ്രോസിക്യൂഷനും എടുത്ത നിലപാടാണ് ദിവ്യയെ റിമാന്റിലേക്ക് നയിച്ചതെന്ന യാഥാർത്ഥ്യം മറച്ചുവെച്ചാണ് ഈ നുണപ്രചാരണം നടത്തുന്നത്. മോൺസൺ മാവുങ്കലിന്റെ പുരാവസ്തു തട്ടിപ്പുകേസിൽ കെ സുധാകരനെതിരെയും ബലാത്സംഗ പരാതിയിൽ എൽദോസ് കുന്നപ്പള്ളി എം എൽ എക്കെതിരെയും പോലീസ് കേസെടുത്ത് അന്വേഷണം തുടങ്ങിയപ്പോൾ ഇതേ മാധ്യമങ്ങൾ പോലീസിനെ ഉപയോഗിച്ച് രാഷ്ട്രീയ പകപോക്കൽ നടത്തുന്നു എന്നാണ് വിലപിച്ചത്. പാലക്കാട്ട് എൻ എൻ കൃഷ്ണദാസിന്റെ മാധ്യമ വിമർശത്തിൽ എഡിറ്റോറിയൽ എഴുതിയ 'സ്വാതന്ത്ര്യ സമര പാരമ്പര്യ'മുള്ള പത്രത്തിന് സുരേഷ്ഗോപിയുടെയും വി ഡി സതീശന്റെയും വിമർശനങ്ങളെ കാണാൻ കാഴ്ചയുണ്ടായിരുന്നില്ല. ഇത്തരം മാധ്യമ പ്രവർത്തനരീതി കണ്ടാണ് "നിരുത്തരവാദപരമായ മാധ്യമ പ്രവർത്തനം ജനാധിപത്യത്തെ രണ്ടടി പുറകോട്ട് കൊണ്ടുപോകുകയാണ്" എന്ന് ജസ്റ്റിസ് എൻ രമണ പറഞ്ഞത്.

മാധ്യമങ്ങളുടെ നെറികെട്ട രീതികൾക്കെതിരെ പൊതുസമൂഹത്തിൽ വ്യാപകമായ പ്രതിഷേധം ഉയരുന്നുണ്ട്. വാർത്താ ചാനലുകളുടെ ചർച്ചാ പ്രഹസനങ്ങൾ കാണുന്നവരുടെ നിരക്കിൽവന്ന കുറവും *മനോരമാദി* പത്രങ്ങളുടെ സർക്കുലേഷനുകളിലുണ്ടാവുന്ന ഇടിവും ജനങ്ങളുടെ പ്രതിഷേധത്തിന്റെ പ്രതിഫലനമാണ്. മാധ്യമ നൈതികത കൈവിട്ടുള്ള ഈ മാധ്യമ പ്രവർത്തനരീതികൊണ്ട് ഇല്ലാതാവുന്നത് മാധ്യമങ്ങളുടെ വിശ്വാസ്യതയാണ്. അതിനി തിരികെപ്പിടിക്കാൻ വലിയ തെറ്റുതിരുത്തൽ പ്രക്രിയ നടത്തേണ്ടിവരും.

നുണപ്രചാരണങ്ങളെ തിരിച്ചറിയാൻ ഈ നാടിന് സാധിക്കും

തുടർച്ചയായി രണ്ടാംതവണയും എൽ ഡി എഫ് സർക്കാർ അധികാരത്തിലേറിയതുമുതൽ വലതുപക്ഷ മാധ്യമങ്ങളും പ്രതിപക്ഷവും വിചിത്രവും അവിശ്വസനീയവുമായ രീതിയിൽ ആരോപണങ്ങളും വ്യാജവാർത്തകളും സൃഷ്ടിക്കുകയാണ്. ഇടതുപക്ഷ ജനാധിപത്യ മുന്നണി ഇനിയും അധികാരത്തിലെത്താൻ പാടില്ലെന്ന വലതുപക്ഷത്തിന്റെ അജണ്ട സ്ഥാപിതമാക്കാനാണ് ഇത്തരത്തിൽ നുണപ്രചരണം നടത്തുന്നത്. തുടർഭരണം ലഭിക്കാൻ മുഖ്യമന്ത്രി പിണറായി വിജയന്റെ പ്രവർത്തനങ്ങൾ സഹായിച്ചിട്ടുണ്ട് എന്നതാണ് അദ്ദേഹത്തിനെതിരെയുള്ള കടന്നാക്രമണങ്ങൾക്ക് കാരണം. എല്ലാ പിന്തിരിപ്പൻ ശക്തികളും സ്ഥാപിത താൽപ്പര്യക്കാരും വർഗ്ഗീയശക്തികളും ഒന്നാകെ യുദ്ധപ്രഖ്യാപനം നടത്തുകയാണ്. ഇപ്പോഴിതാ ഹിന്ദു പത്രംവരെ പ്രചരണത്തിനായുള്ള ജിഹ്വയായി മാറുന്നു.

ദ ഹിന്ദു പത്രത്തിൽ മുഖ്യമന്ത്രി പിണറായി വിജയന്റെ ഒരഭിമുഖം പ്രസിദ്ധീകരിച്ചിരുന്നു. അതിന് പിന്നാലെ മാധ്യമങ്ങളും വലതുപക്ഷവും മുഖ്യമന്ത്രി മലപ്പുറം ജില്ലയ്ക്കും ഒരു മത വിഭാഗത്തിനുമെതിരെ പറഞ്ഞു എന്നാരോപിച്ചുകൊണ്ട് രംഗത്തുവന്നു. ഏതോ ഒരു കേന്ദ്രത്തിൽനിന്നും വിവരം ലഭിച്ചതുപോലുള്ള പ്രതികരണമാണ് ഇത് സംബന്ധിച്ച് ഉയർന്നുവന്നത്. ഈ വിഷയത്തിലൂന്നി വർഗ്ഗീയ വിദ്വേഷമുണ്ടാക്കാനാണ് ഇക്കൂട്ടരെല്ലാം ശ്രമിച്ചത്.

നേരെമേറെ കഴിഞ്ഞില്ല, *ദ ഹിന്ദു* പത്രം ഖേദപ്രകടനവുമായി മുന്നോട്ടുവന്നു. മുഖ്യമന്ത്രി പിണറായി വിജയനുമായി നടത്തിയ അഭിമു

ഖത്തിൽ മലപ്പുറത്തെ സംബന്ധിച്ച പരാമർശം പ്രസിദ്ധീകരിച്ചതിൽ വീഴ്ചയുണ്ടായി എന്ന് *ഹിന്ദു* പത്രം ഏറ്റുപറഞ്ഞു. മലപ്പുറത്തുനിന്ന് അഞ്ചു വർഷത്തിനിടെ 123 കോടി രൂപയുടെ 150 കിലോ സ്വർണ്ണവും ഹവാല പണവും പോലീസ് പിടിച്ചെടുത്തുവെന്നും ഈ പണം ദേശവിരുദ്ധ പ്രവർത്തനത്തിന് ഉപയോഗിക്കുന്നുവെന്നും മുഖ്യമന്ത്രി പറഞ്ഞതായാണ് അഭിമുഖത്തിൽ വന്നത്. പ്രത്യേക സ്ഥലമോ പ്രദേശമോ മുഖ്യമന്ത്രി പരാമർശിച്ചിരുന്നില്ല. മാത്രമല്ല, ദേശവിരുദ്ധ പ്രവർത്തനമെന്ന ഒരു വാക്ക് ഉപയോഗിച്ചിട്ടേയില്ല. എന്നിട്ടുപോലും മുഖ്യമന്ത്രി പറയാത്തത് ഒരു ദേശീയ പത്രത്തിൽ അച്ചടിച്ചുവന്നു. അത് തീർത്തും ദുരുപദിഷ്ടിതമായി പ്രചരിപ്പിക്കപ്പെട്ടു.

താൻ പറയാത്ത കാര്യമാണ് *ദ ഹിന്ദു*വിൽ പ്രസിദ്ധീകരിച്ചുവന്നത് എന്ന് മുഖ്യമന്ത്രി പിണറായി വിജയൻ വ്യക്തമാക്കിയിട്ടുണ്ട്. ഏതെങ്കിലും ഒരു ജില്ലയെയോ മത വിഭാഗത്തെയോ പ്രത്യേകമായി കുറ്റപ്പെടുത്തുന്ന രീതി മുഖമന്ത്രിയുടെ ഭാഗത്ത് നിന്നും ഉണ്ടാവാറില്ല. അദ്ദേഹം മാധ്യമങ്ങളോട് ഇടപഴകുന്നത് ഇതാദ്യമായല്ല. അപ്പോഴൊന്നുമില്ലാത്ത പരാമർശം ഇപ്പോഴുണ്ടായി എന്ന് സ്ഥാപിക്കാനുള്ള പരിശ്രമമാണ് നിക്ഷിപ്ത താൽപ്പര്യക്കാർ നടത്തുന്നത്.

മുഖ്യമന്ത്രിക്കെതിരായ ഈ കൂട്ടായ കടന്നാക്രമണത്തിന് പിന്നിൽ വലിയ ഗൂഢാലോചന നടന്നിട്ടുണ്ട് എന്ന് സംശയിക്കേണ്ടിയിരിക്കുന്നു. കേരളത്തിലെ ഇടതുപക്ഷത്തെ ഏതുവിധേനയും ദുർബ്ബലപ്പെടുത്താനുള്ള പരിശ്രമത്തിന്റെ ഭാഗമാണ് ഈ നീക്കങ്ങൾ. അത് തിരിച്ചറിയാനുള്ള ബോധനിലവാരം മലയാളികൾക്കുണ്ട്.

നിലമ്പൂർ എം എൽ എ പി വി അൻവറിന്റെ നിലപാട് മാറ്റവും തുടർന്ന് മാധ്യമങ്ങളിലൂടെ നടപ്പിലാക്കുന്ന ഇത്തരം കുത്തിത്തിരുപ്പുകളും തമ്മിൽ ബന്ധമുണ്ട് എന്ന സംശയം ബലപ്പെടുന്നുണ്ട്. എൽ ഡി എഫിനൊപ്പംനിന്ന് വിജയിച്ച് രണ്ടു തവണ എം എൽ എയായ അൻവർ വലതുപക്ഷ രാഷ്ട്രീയശക്തികളും മാധ്യമങ്ങളും നടത്തുന്ന ഇടതുപക്ഷ വിരുദ്ധ പ്രചാരണങ്ങളുടെ നാവായി മാറി മുന്നണിയേയും സർക്കാരിനെയും തള്ളിപ്പറയുകയാണ്. ആ സാഹചര്യത്തിലും അൻവർ നൽകിയ പരാതിയിൽപ്പറഞ്ഞ എല്ലാ കാര്യങ്ങളെക്കുറിച്ചും സർക്കാർ ഉന്നതതലത്തിൽ വിശദമായ അന്വേഷണം നടത്തുകയാണ്. സംസ്ഥാന പൊലീസ് മേധാവിയുടെ നേതൃത്വത്തിലുള്ള പ്രത്യേകസംഘമാണ് അന്വേഷിക്കുന്നത്. അത് പൂർത്തിയാവുമ്പോൾ ഉചിതമായ നടപടി സ്വീകരിക്കുമെന്നതിൽ സംശയം വേണ്ട. എന്നാൽ, താൻകൊടുത്ത പരാതിയിൽ അന്വേഷണം പൂർത്തിയാകുന്നതുവരെ കാത്തുനിൽക്കാതെ മുൻകൂട്ടി നിശ്ചയിച്ച ചില അജണ്ടകളുമായി അൻവർ സർക്കാരിനും മുഖ്യമന്ത്രിക്കുമെതിരെ രംഗ

ത്തുവരികയായിരുന്നു. അന്വേഷണമോ നടപടികളോ അല്ല ആവശ്യം, മറിച്ച് ഒരു പുകമറ സൃഷ്ടിച്ച് എൽ ഡി എഫ് വിട്ട് പുറത്തുപോകാൻ ബോധപൂർവ്വം വഴികളുണ്ടാക്കുകയായിരുന്നു അൻവർ അതോടെ ഇല്ലാതായത് അദ്ദേഹം ഇതുവരെ പിന്തുടർന്ന നിലപാടുകളുടെ വിശ്വാസ്യതയാണ്.

ഇടതുപക്ഷത്തോടൊപ്പമുള്ള കാലത്ത് പലവിധ ആരോപണങ്ങൾ നേരിട്ടിരുന്ന അൻവറിനെ മാധ്യമങ്ങളും പ്രതിപക്ഷവും തുടർച്ചയായി വേട്ടയാടിയിരുന്നു. വാട്ടർതീം പാർക്ക്, തടയണ, മിച്ചഭൂമി കൈയേറ്റം, സ്വകാര്യഭൂമി പിടിടിച്ചെടുക്കൽ, ക്വാറി നടത്തിപ്പിന്റെ പേരിൽ വഞ്ചന, തെരഞ്ഞെടുപ്പിന് തൊട്ടുമുമ്പുള്ള സ്വർണ്ണഖനനത്തിനായുള്ള വിദേശയാത്ര, രാഹുൽഗാന്ധിയുടെ ഡി എൻ എ പരിശോധിക്കണമെന്ന പരാമർശം എന്നിവയൊക്കെയായിരുന്നു പ്രധാനം. കെ റെയിലും കേരളത്തിന്റെ ഐ ടി വികസനവും തടസ്സപ്പെടുത്താൻ പ്രതിപക്ഷ നേതാവ് വി ഡി സതീശൻ കർണ്ണാടകത്തിലെയും ആന്ധ്രപ്രദേശിലെയും ഐ ടി അനുബന്ധ റിയൽ എസ്റ്റേറ്റ് ലോബികളിൽനിന്നും 150 കോടി രൂപ വാങ്ങിയെന്ന ഗുരുതരമായ ആരോപണവും നിയമസഭയിൽ ഉന്നയിച്ചു. ഈ സമയമൊക്കെ മാധ്യമങ്ങളും പ്രതിപക്ഷവും അൻവറിനെ വേട്ടയാടുകയായിരുന്നു. എൽ ഡി എഫ് സർക്കാരിനെതിരെ തിരിഞ്ഞതോടെ ഇതുവരെ പറഞ്ഞതെല്ലാം മറന്ന് മാധ്യമങ്ങളും പ്രതിപക്ഷവും അൻവറിനെ മഹത്വവൽക്കരിക്കാൻ തുടങ്ങിയിരിക്കുന്നു. അൻവർ ഇറക്കിയ വർഗ്ഗീയ കാർഡിനു പോലും പരിഗണന നൽകാൻ വലതുപക്ഷവും മാധ്യമങ്ങളും തയ്യാറായി.

തീർത്തും ഗൂഢോദ്ദേശത്തോടുകൂടി നീങ്ങുന്ന ഒരു സംഘമാണ് അൻവറിന്റെയും ഹിന്ദു അഭിമുഖ വിവാദത്തിന്റെയുമൊക്കെ പിറകിലുള്ളത്. നിരന്തരമായുള്ള ആരോപണങ്ങളിലൂടെ ഇടതുപക്ഷത്തിന്റെയും മുഖ്യമന്ത്രിയുടെയും വിശ്വാസ്യത തകർക്കാമെന്നാണ് അവർ കണക്കുകൂട്ടുന്നത്. നിരവധി പ്രതിസന്ധികളെയും അപവാദപ്രചാരണങ്ങളെയും നേരിട്ടാണ് കേരളത്തിലെ പുരോഗമന പ്രസ്ഥാനം നിവർന്നുനിൽക്കുന്നത്. കർഷകത്തൊഴിലാളികളടക്കമുള്ള ദുർബ്ബല ജനവിഭാഗങ്ങളുടെ പ്രതീക്ഷയും അത്താണിയുമാണ് ഇടതുപക്ഷം നുണകളിലൂടെ പുകമറയുണ്ടാക്കി ജനങ്ങളിൽനിന്ന് ഇടതുപക്ഷത്തെ അകറ്റാമെന്ന വ്യാമോഹവുമായി മുന്നോട്ടുപോകുന്ന വർഗീയ - മാധ്യമ - വലതുപക്ഷ അച്ചുതണ്ടിന്റെ ഇടതുപക്ഷ വിരുദ്ധ പ്രവർത്തനങ്ങളെ തിരിച്ചറിയാനും പ്രതിരോധിക്കാനും ജനങ്ങൾ മുന്നോട്ടുവരും.

കൂടുതൽ ശക്തിയോടെ മുന്നോട്ട്

കേരള സ്റ്റേറ്റ് കർഷകത്തൊഴിലാളി യൂണിയന്റെ 23-ാം സംസ്ഥാന സമ്മേളനം അതിഗംഭീരമായാണ് കാസർഗോഡ് ജില്ലയിലെ കൊടക്കാട്ടുവെച്ച് സംഘടിപ്പിച്ചത്. കർഷകത്തൊഴിലാളികളടക്കമുള്ള പാവപ്പെട്ട ജനവിഭാഗങ്ങളുടെ ജീവിതത്തെ അഭിസംബോധന ചെയ്യാൻ ഉത്തരവാദിത്വപ്പെട്ട സംഘടനയാണ് കെ എസ് കെ ടി യു. കൊടക്കാട് സമ്മേളനത്തിന്റെ നടപടിക്രമങ്ങൾ അവസാനിക്കുമ്പോൾ തങ്ങളിൽ നിക്ഷിപ്തമായ കടമ കൂടുതൽ വർഗ്ഗബോധത്തോടെ നടപ്പിലാക്കാനുള്ള ഊർജ്ജം ഉൾക്കൊണ്ടാണ് പ്രതിനിധികൾ പിരിഞ്ഞത്. വരുംനാളുകളിൽ പാവപ്പെട്ട ജനവിഭാഗങ്ങൾക്കുവേണ്ടിയുള്ള സമരമുഖങ്ങളിൽ കർഷകത്തൊഴിലാളി യൂണിയൻ ആളിപ്പടരും. തങ്ങളുടെ ജീവിതത്തിന് കരുതലേകുന്ന ഇടതുപക്ഷ സർക്കാരിന് പിന്തുണയേകും.

ലോകം കീഴ്മേൽമറിഞ്ഞ നാളുകളെന്ന് കഴിഞ്ഞ മൂന്ന് പതിറ്റാണ്ടുകളെ വിശേഷിപ്പിക്കാറുണ്ട്. സാമൂഹിക സാമ്പത്തിക രംഗത്ത് വലിയ മാറ്റങ്ങളാണ് ഈ കാലയളവിൽ അരങ്ങേറിയത്. തൊണ്ണൂറുകളുടെ ആരംഭത്തിൽ സോവിയറ്റ് യൂണിയന്റെ തകർച്ച, അതിനെത്തുടർന്ന് മൂന്നാംലോക രാജ്യങ്ങളിലേക്കടക്കം ഇരമ്പിയാർത്ത കമ്പോളവൽക്കരണവും സാമ്പത്തികരംഗങ്ങളിലെ ഘടനാപരമായ പരിഷ്കാരങ്ങളും നമുക്ക് മുന്നിലുണ്ട്. അമേരിക്കയുടെ നേതൃത്വത്തിൽ ഏകധ്രുവലോകം പടുത്തുയർത്താനുള്ള ശ്രമമുണ്ടായി. ആഗോളതലത്തിൽ ഉത്പാദന പ്രവർത്തനങ്ങളെ പുനഃസംഘടിപ്പിക്കുന്നതിന് ഉതകിയ സാങ്കേതിക

വിദ്യകളുടെ വിസ്ഫോടനകരമായ വളർച്ചയും ലോകത്തുണ്ടായി. വിനാശകരമായ വംശീയവെറികൊണ്ട് മനുഷ്യരെ ഭിന്നിപ്പിക്കാനും സാമ്പത്തികാഘാതങ്ങളിൽനിന്ന് ശ്രദ്ധതിരിക്കാനും ഭരണകൂടങ്ങൾ ശ്രമിച്ചുകൊണ്ടിരിക്കുകയാണ്. നവ ഉദാരവൽക്കരണത്തിന്റെ ഭാഗമായി വിവിധ രാജ്യങ്ങളിൽ വൻ പ്രത്യാഘാതങ്ങളാണ് സൃഷ്ടിക്കപ്പെട്ടത്. അന്താരാഷ്ട്ര കോർപ്പറേറ്റ് മാധ്യമങ്ങൾ മുതലാളിത്ത വ്യവസ്ഥയെ പാടിപ്പുകഴ്ത്തൽ ശീലമാക്കി മാറ്റി. അവർ പറഞ്ഞ് പ്രചരിപ്പിച്ചതിൽനിന്നും വ്യത്യസ്തമായി കുതിച്ചുപാഞ്ഞ നവ ഉദാരവൽക്കരണത്തിന്റെ രഥചക്രങ്ങൾ മണ്ണിൽ പുതഞ്ഞുകിടക്കയാണ്. അചഞ്ചലമെന്ന് വാഴ്ത്തിപ്പാടിയ അമേരിക്കൻ സാമ്രാജ്യത്വത്തിന്റെ നേതൃത്വത്തെ സാമ്പത്തികരംഗത്തടക്കം സോഷ്യലിസ്റ്റ് രാജ്യമായ ചൈനയുടെ നേതൃത്വത്തിൽ ചോദ്യംചെയ്തു തുടങ്ങിയിരിക്കുന്നു.

ഇന്ത്യയിൽ ഉയർന്നുവന്നിട്ടുള്ള കോർപ്പറേറ്റ് താല്പര്യങ്ങളുടെയും വർഗ്ഗീയ രാഷ്ട്രീയത്തിന്റെയും കടുത്ത കൂട്ടുകെട്ട് അക്രമോത്സുകമായി പിന്തുടരുന്നത് ദേശീയ ആസ്തികൾ കൊള്ളയടിക്കുന്നതിലൂടെയും പൊതുമേഖലയുടെയും പൊതുസേവനങ്ങളുടെയും ധാതുവിഭവങ്ങളുടെയും വൻതോതിലുള്ള സ്വകാര്യവല്ക്കരണത്തിലൂടെയും ലാഭം പരമാവധിയാക്കുന്നതിനാണ്. ഇത് അഭൂതപൂർവ്വമായ വിധത്തിലുള്ള ശിങ്കിടി മുതലാളിത്തത്തിന്റെയും രാഷ്ട്രീയ അഴിമതിയുടെയും വളർച്ചയ്ക്ക് ഇടയാക്കിയിരിക്കുന്നു. ജനങ്ങളുടെ ജനാധിപത്യാവകാശങ്ങൾക്കും പൗരസ്വാതന്ത്ര്യങ്ങൾക്കും മനുഷ്യാവകാശങ്ങൾക്കും മേലുള്ള നിഷ്ഠുരമായ കടന്നാക്രമണങ്ങൾ ഇതിനെത്തുടർന്നുണ്ടായി, എല്ലാ ഭിന്നാഭിപ്രായ പ്രകടനങ്ങളെയും ദേശദ്രോഹമായി കണക്കാക്കുന്നതും യു എ പി എയും രാജ്യദ്രോഹം സംബന്ധിച്ചതുമായ കിരാത നിയമങ്ങൾപ്രകാരം ആളുകളെ വിവേചനരഹിതമായി അറസ്റ്റ് ചെയ്യുന്നതുമെല്ലാം ഇതിന്റെ തുടർച്ചയാണ്. ഭരണഘടനയെയും ജനങ്ങൾക്ക് അതു നല്കുന്ന ഉറപ്പുകളെയും തകിടംമറിക്കുന്ന ഒരു പ്രക്രിയയാണ് ഇതെല്ലാം. ഇതാണ് "തിരഞ്ഞെടുക്കപ്പെട്ട സ്വേച്ഛാധിപത്യം' എന്ന് ഇന്ത്യയെ വിളിക്കാൻ ലോകത്തിന് ഇടവരുത്തിയത്. ആഗോള സാമ്പത്തിക സ്വാതന്ത്ര്യ സൂചിക ഇന്ത്യയ്ക്ക് നല്കുന്നത് 105-ാം സ്ഥാനമാണ്; കഴിഞ്ഞവർഷം അത് 79 ആയിരുന്നു. മാനവസ്വാതന്ത്ര്യ സൂചികയിൽ ഇന്ത്യയുടെ സ്ഥാനം കഴിഞ്ഞ വർഷം 941 ആയിരുന്നത് ഈ വർഷം 111 ആയി താണു. യു എൻ ഡി പിയുടെ മാനവ വികസന സൂചിക ഇന്ത്യയെ കഴിഞ്ഞ വർഷത്തെ 129-ാം സ്ഥാനത്തുനിന്ന് ഈ വർഷം 131-ാംസ്ഥാനത്തേക്ക് തള്ളിവീഴ്ത്തിയിരിക്കുന്നു. കഴി ഞ്ഞ ലോക്സഭാ തെരഞ്ഞെടുപ്പിൽ ജനങ്ങൾ മോദി സർക്കാരിനെതിരെ പ്രതികരിച്ചു. എന്നിട്ടും ബി ജെ പി നേതൃത്വത്തിലുള്ള മുന്നണി പ്രതീക്ഷിച്ച

ഭ്രരിപക്ഷത്തോടെയല്ലെങ്കിൽപ്പോലും അധികാരത്തിൽ വന്നു. രാജ്യത്തെ ജനങ്ങളുടെ വികാരത്തെ മാനിക്കാതെ പഴയതിനേക്കാൾ കൂടുതൽ ജനവിരുദ്ധമായാണ് മോദിയുടെ നേതൃത്വത്തിലുള്ള കേന്ദ്രസർക്കാർ മുന്നോട്ടുപോവുന്നത്. അതിനെതിരായ ജനരോഷം രാജ്യമാകെ ഉയർന്നുവരികയാണ്.

നമ്മുടെ ജനങ്ങളിൽ മഹാഭ്രരിപക്ഷത്തിന്റെയും ദുരിതങ്ങൾ വർദ്ധിച്ചുവരുന്നതിനുപുറമെ, വളർന്നുകൊണ്ടിരിക്കുന്ന ഈ സേച്ഛാധിപത്യം 'ഭരണവുമായി കോർപ്പറേറ്റുകളെ വിളക്കിച്ചേർക്കൽ' എന്ന നടപടിയിലേക്ക് കടന്നിരിക്കുന്നു. മുസ്സോളിനിയുടെ ഫാസിസത്തെ സംബന്ധിച്ച നിർവ്വചനമാണ് ഇന്ത്യൻ ഭരണകൂടത്തിന് ഇപ്പോൾ ചേരുക. ആർ എസ് എസിന്റെ നൂറാം വാർഷികമായ 2025 ൽ രാജ്യത്തെ ഹിന്ദുരാഷ്ട്രമാക്കി പരുവപ്പെടുത്തുമെന്ന സംഘപരിവാർ അജണ്ട നടപ്പിലാക്കാതിരിക്കാൻ ജനാധിപത്യത്തെയും മതനിരപേക്ഷതയെയും ഫെഡറലിസത്തെയും കൂടുതൽ ഉയർത്തിപ്പിടിച്ച് മാനവികതയെ മുദ്രാവാക്യമാക്കി മുന്നോട്ടുപോകേണ്ടതുണ്ട്.

കേരളം ഇടതുപക്ഷ ബദലുകൾ മുന്നോട്ടുവെച്ച് ജനപക്ഷ വികസനത്തിന്റെ പാതയിലൂടെ കുതിക്കുകയാണ്. രാജ്യത്തെ മറ്റേതൊരു സംസ്ഥാനത്തിൽനിന്നും വ്യത്യസ്തമായി നഗര-ഗ്രാമ വ്യത്യാസമില്ലാതെ ഉയർന്ന ജീവിതനിലവാരവും ആരോഗ്യ സേവന വിദ്യാഭ്യാസ ലഭ്യതയും വിശപ്പുരഹിത സംസ്ഥാനമായി മുന്നോട്ടുപോകാനുള്ള സാഹോദര്യബോധവും കേരളത്തിനുണ്ട്. ജനാധിപത്യ മതനിരപേക്ഷ മൂല്യങ്ങളെ ഉയർത്തിപ്പിടിച്ച്, കേരളത്തെ തകർക്കുക എന്ന വർഗ്ഗീയ രാഷ്ട്രീയക്കാരുടെ അജണ്ടകളെ മറികടന്ന് പാവപ്പെട്ട ജനവിഭാഗങ്ങൾക്ക് ക്ഷേമം ഉറപ്പുവരുത്തി കേരളം തലയുയർത്തി നിൽക്കുയാണ്. കേരള ജനതയ്ക്കെതിരെ യുദ്ധപ്രഖ്യാപനം നടത്തി കേന്ദ്രസർക്കാർ മുന്നോട്ടുപോവുമ്പോൾ കർഷകത്തൊഴിലാളികളടക്കമുള്ള പാവപ്പെട്ട ജനവിഭാഗങ്ങൾ സമരമുഖത്തേക്ക് പോകാൻ നിർബ്ബന്ധിതമാവുകയാണ്. അതിനായി സംസ്ഥാന സമ്മേളനത്തിൽനിന്നും ലഭിച്ച ഊർജ്ജത്തോടെ നമുക്ക് മുന്നേറാം.

കാലാവസ്ഥ വ്യതിയാനപ്പെട്ടുമ്പോൾ

പ്രകൃതിയൊരുക്കിയ ജലയുദ്ധത്തിൽ നമുക്ക് വീണ്ടും മുറിവേറ്റിരിക്കുന്നു. വയനാട്ടിലെ ഉരുൾപൊട്ടൽ ദുരന്തം ഉള്ളുപൊള്ളിക്കുന്നതാണ്. പുഞ്ചിരിമട്ടം പൊട്ടിയൊഴുകിയപ്പോൾ മുണ്ടക്കൈയും ചൂരൽമലയും ശേഷിപ്പുപോലുമില്ലാതെ മൺമറഞ്ഞു. കേരളത്തിന്റെ ചരിത്രത്തിൽ ഇന്നുവരെ ഇത്രമേൽ നാശനഷ്ടമുണ്ടാക്കിയ ഉരുൾപൊട്ടലുണ്ടായിട്ടില്ല.

നിരവധിപേരുടെ സ്വപ്നങ്ങളും പ്രതീക്ഷകളും ജീവനും ഉരുൾപൊട്ടലിൽ ഒലിച്ചുപോയിട്ട് ഏഴാംനാളാകുമ്പോഴാണ് ഈ കുറിപ്പ് എഴുതുന്നത്. സംസ്ഥാന സർക്കാർ കാണാതായ അവസാനത്തെയാളെയും കണ്ടെത്താനുള്ള സർവ്വവഴികളും തേടുകയാണ്. ഒപ്പം ദുരന്തത്തിലകപ്പെട്ടവരുടെ കണ്ണീരൊപ്പാനും ചേർത്തുപിടിക്കാനും അതുവഴി ആ നാടിനെ തിരിച്ചുപിടിക്കാനും നിരവധി കരങ്ങൾ നീളുന്നുണ്ട്. എല്ലാ പ്രവർത്തനങ്ങളും ഏകോപിപ്പിച്ചുകൊണ്ട് മന്ത്രിസഭാ ഉപസമിതി വയനാട്ടിൽ തുടരുന്നുണ്ട്. നമുക്ക് ദുരന്തത്തിൽ അകപ്പെട്ടവരെ തിരികെ ജീവിതത്തിലേക്ക് നയിക്കാനാകണം.

നമ്മുടെ രാജ്യം ഏറ്റവുമേറെ കാലാവസ്ഥാ ദുരന്തങ്ങൾ അനുഭവിക്കുന്ന രാജ്യമാണ്. കേരളവും വ്യത്യസ്തമല്ല. അറബിക്കടലിനും പശ്ചിമഘട്ട മലനിരകൾക്കും ഇടയിലുള്ള വീതികുറഞ്ഞതും ചെങ്കുത്തായതും നിമ്നോന്നതങ്ങളുമുള്ള ഭൂപ്രദേശമാണ് കേരളം. ഈയടുത്ത കാലത്ത് അറബിക്കടലിലും ബംഗാൾ ഉൾക്കടലിലും രൂപപ്പെടുന്ന ന്യൂനമർദ്ദമേഖലകൾ, തുടർച്ചയാവുന്ന പേമാരികൾ, പശ്ചിമഘട്ടതാഴ്വരകളിലുണ്ടാവുന്ന

ഉരുൾപൊട്ടലുകൾ തുടങ്ങിയവയെല്ലാം കേരളത്തിന്റെ പാരിസ്ഥിതിക ദുർബ്ബലതയുടെ ലക്ഷണങ്ങളാണ്. ഇവിടെ സംഭവിക്കുന്ന കാലാവസ്ഥാ വ്യതിയാനം കേരളത്തിന്റെ മാത്രം സൃഷ്ടിയല്ല. എന്നാൽ, കാലാവസ്ഥാ വ്യതിയാനംമൂലം ദുരന്തങ്ങളുണ്ടാവാൻ സാദ്ധ്യതയുള്ള ഭൂപ്രദേശം എന്നുള്ളനിലയിൽ നമ്മൾ ഏറെ ജാഗ്രത പുലർത്തേണ്ടതുണ്ട്. ഗവേഷണങ്ങൾ നടത്തേണ്ടതുണ്ട്. കാലാവസ്ഥാ വ്യതിയാനത്തെത്തുടർന്നുള്ള ദുരന്തങ്ങളെ നേരിടാനുള്ള മുൻകരുതലുകളും തയ്യാറെടുപ്പുകളും ആർജ്ജിക്കാനുള്ള അവബോധം കേരളം നേടേണ്ടതുണ്ട്. സംസ്ഥാന സർക്കാർ അതിനായി നടത്തുന്ന മുന്നേറ്റങ്ങൾക്ക് കരുത്തുപകരാനുള്ള ഉത്തരവാദിത്വം നാമോരോരുത്തർക്കുമുണ്ട്.

ഏറെ ദൈർഘ്യമുള്ള കടൽത്തീരങ്ങളും വിവിധങ്ങളായ മൺസൂൺ മേഖലകളും പേമാരിക്കും വെള്ളപ്പൊക്കത്തിനും ചുഴലിക്കാറ്റിനും അവധിയില്ലാത്ത ബംഗാൾ, അസം, ഒഡീഷ ഭൂപ്രദേശങ്ങളും ബംഗാൾ ഉൾക്കടലിനൊപ്പം അറബിക്കടലിലേക്കും വ്യാപിക്കുന്ന ന്യൂനമർദ്ദവും ആഗോളതാപനംമൂലമുണ്ടാകുന്ന ഹിമാലയത്തിലെ മഞ്ഞുരുകലിലൂടെ സിന്ധു, ഗംഗാ, ബ്രഹ്മപുത്ര നദികളിലുണ്ടാവുന്ന വെള്ളപ്പൊക്കവും കാലമേറെ നീണ്ടുനിൽക്കുന്ന വരൾച്ചയും ഇന്ത്യാ ഭൂഖണ്ഡത്തിന്റെ പാരിസ്ഥിതിക ദുർബ്ബലതയുടെ ദൃഷ്ടാന്തങ്ങളായി ശാസ്ത്രജ്ഞർ ചൂണ്ടിക്കാട്ടാറുണ്ട്. ഐ പി സി സി (Intergovernmental Panel on Climate Change)യുടെ ആറാം റിപ്പോർട്ടിൽ ഇന്ത്യയുടെ മുന്നിലേക്ക് വലിയ മുന്നറിയിപ്പുകളാണ് വെച്ചിട്ടുള്ളത്. പക്ഷേ, കേന്ദ്രസർക്കാർ അത്തരം നിരീക്ഷണങ്ങളോട് മുഖംതിരിച്ച് നിൽക്കയാണ്. 3070 പേർ മരണമടഞ്ഞ 2004 ലെ ബ്രഹ്മപുത്ര പ്രളയവും ഒറ്റദിവസംതന്നെ 1074 പേരുടെ ജീവനപഹരിച്ച 2005 ലെ മുംബൈ പ്രളയങ്ങളുമൊക്കെ 21-ാം നൂറ്റാണ്ടിന്റെ ആദ്യപതിറ്റാണ്ടിൽ സംഭവിച്ചതാണ്. 2012-13 ലെ ബ്രഹ്മപുത്ര പ്രളയത്തിൽ ഒരു ലക്ഷത്തിലേറെപ്പേരാണ് ദുരന്തബാധിതരായത്. അക്കാലത്ത് യു പിയിലുണ്ടായ പ്രകൃതിദുരന്തങ്ങളിൽ 5700 പേരാണ് മരിച്ചത്. 2015 ൽ ഗുജറാത്തിലും തമിഴ്നാട്ടിലും പ്രളയക്കെടുതികളുണ്ടായി. 2016 ൽ അസമാണ് പ്രളയദുരിതങ്ങളിലൂടെ വാർത്തകളിൽ നിറഞ്ഞത്. 2017 ലെ ഗുജറാത്ത് പ്രളയത്തിൽ 200ലേറെ പേർ മരിച്ചു.

2018 ലെ മഹാപ്രളയവും 2019 ലും 2020 ലും വലുതും ചെറുതുമായി തുടർന്ന പ്രളയങ്ങളും കേരളത്തെ ബുദ്ധിമുട്ടിച്ചു. 2018 ജൂലൈ - ആഗസ്ത് മാസങ്ങളിൽ രണ്ടാഴ്ചയോളം നീണ്ടുനിന്ന പെരുമഴമൂലം കേരളത്തിലെ എല്ലാ നദികളിലും വെള്ളപ്പൊക്കമുണ്ടായി. 12,47,496 പേരെയാണ് 3274 ദുരിതാശ്വാസ ക്യാമ്പുകളിലായി രണ്ടാഴ്ചയിലേറെ പാർപ്പിക്കേണ്ടിവന്നത്. 33,000 പേരെ പ്രളയത്തിൽ മുങ്ങിമരിക്കുന്നതിൽനിന്നും സാഹ

സികമായി രക്ഷപ്പെടുത്തി. 483 പേരാണ് അന്ന് മരിച്ചത്. 183 പേരെ കാണാതായി. കൊച്ചി ഇന്റർനാഷനൽ എയർപോർട്ട്, കൊച്ചിൻ മെട്രോ എന്നിവയെല്ലാം അടച്ചിട്ടു. 10,000 കിലോമീറ്റർ റോഡ് ഒലിച്ചു പോയി. 14,500 വീടുകൾ നശിച്ചു. 40,000 കോടിയുടെ വസ്തുനാശമാണ് ഈ പ്രളയത്തിലൂടെ ഉണ്ടായത്. 2019 ലെ പ്രളയത്തിലും ഏറെ നാശ നഷ്ടങ്ങളുണ്ടായി. 80 ഉരുൾപൊട്ടലുകൾ ഈ പ്രളയത്തിന്റെ ഭാഗമായി ഉണ്ടായി. 121 പേർ മരിച്ചു. 2018ലേതിന് സമാനമായത്ര വസ്തുനാശവും ഉണ്ടായി. 2019 ൽ കേരളം നേരിട്ട മറ്റൊരു ദുരന്തം പതിവിന് വിപരീത മായി ജൂൺ മാസം മഴപെയ്തില്ല എന്നതാണ്. സാധാരണനിലയിൽ കേരളത്തിൽ മെയ് അവസാനവാരമോ ജൂൺ ആദ്യവാരമോ കാല വർഷം ആരംഭിക്കും. ഇടവപ്പാതി വർഷമാണത്. നമ്മുടെ കാർഷിക കലണ്ടർ അതിനെ അവലംബിച്ചാണ്. എന്നാൽ, 2019 ൽ മിഥുനം പകു തിയായിട്ടും മഴപെയ്തില്ല. കേരളത്തിന്റെ കാർഷിക മേഖലയെ ഈ കാലാവസ്ഥാ വ്യതിയാനം സാരമായി ബാധിച്ചു. അതിപ്പോഴും തുടരു കയാണ്. വയനാട്ടിലെ ഉരുൾപൊട്ടൽ ദുരന്തം കാലാവസ്ഥാ വ്യതിയാ നത്തിന്റെ തുടർച്ചയാണ്. അതിതീവ്രമഴയാണ് ഈ ദുരന്തത്തിന് കാര ണമെന്നാണ് ശാസ്ത്രലോകം പറയുന്നത്. കുറച്ചുമണിക്കൂറുകൾക്കുള്ളിൽ അതിതീവ്രമഴയിൽ വയനാടൻ മലഞ്ചെരിവ് ജലബോംബായി മാറി. ഇത്തരം തീവ്രമഴയും മിന്നൽച്ചുഴലികളും മേഘവിസ്ഫോടനങ്ങളുമെല്ലാം കാലാവസ്ഥാ വ്യതിയാനത്തിന്റെ ഭാഗമാണ്. കേരളത്തിന് മാത്രമായി ഇത്തരം പ്രതിഭാസങ്ങൾ ഇല്ലാതാക്കാൻ സാധിക്കുകയില്ല.

കേരളം നേരത്തേ ഇത്തരം അവസ്ഥകളെ അഭിമുഖീകരിച്ചിട്ടില്ല. എന്നാൽ, മുകളിൽ എഴുതിയതുപോലെ മഹാദുരന്തങ്ങൾ രാജ്യത്തിന്റെ വിവിധ ഭാഗങ്ങളിൽ ഉണ്ടായിട്ടുണ്ട്. നമുക്ക് മുന്നിലേക്കും അത്തരം ദുരിത ങ്ങൾ ആർത്തലച്ച് പെയ്യാൻ തുടങ്ങിയിരിക്കുന്നു. ആ സാഹചര്യത്തിൽ കൂടുതൽ ഗവേഷണങ്ങൾ ഉണ്ടാകണം. കൃത്യതയും വ്യക്തതയുമുള്ള കാ ലാവസ്ഥാ പ്രവചനങ്ങൾ ഉണ്ടാകണം. അതിനുവേണ്ട സംവിധാനങ്ങൾ വികസിപ്പിക്കണം. ദുരന്തങ്ങൾ മുൻകൂട്ടി മനസ്സിലാക്കാനും മുന്നറിയി പ്പുകൾ നൽകാനുമുള്ള സംവിധാനങ്ങളെ ശക്തിപ്പെടുത്തണം. കേരളം ആ മേഖലയിൽ ഇനിയും മുന്നോട്ടുപോകണം. ഒറ്റക്കെട്ടായി നിന്നാൽ നമുക്ക് സാധിക്കാത്തതായി ഒന്നുമില്ല.

വാനരനിൽനിന്നും നരനിലേക്കുള്ള പരിവർത്തനത്തിൽ അധ്വാന ത്തിന്റെ പങ്ക് എന്ന ലഘു കുറിപ്പിൽ ഫ്രെഡറിക് എംഗൽസ് എഴുതിയത് ഇപ്പോൾ പ്രസക്തമാണ്. "പ്രകൃതിക്കുമേലുള്ള മനുഷ്യന്റെ വിജയത്തെപ്പ റ്റി കൊട്ടിഘോഷിച്ച് നമുക്ക് ഊറ്റംകൊള്ളേണ്ടതില്ല. ഓരോ വിജയത്തി ലും അത് നമുക്കുനേരെ പ്രതികാരം വീട്ടിയിട്ടുണ്ട്."

വെട്ടിനിരത്തൽ സമരമെന്ന് പരിഹസിച്ചവർക്ക് ചൂട് താങ്ങാനാവുന്നുണ്ടോ?

കേരള സ്റ്റേറ്റ് കർഷകത്തൊഴിലാളി യൂണിയന്റെ നേതൃത്വത്തിൽ, നെൽവയലുകൾ നികത്തുന്നതിനെതിരായും ചതുപ്പുകളും സ്വാഭാവിക നീരുറവകളും സംരക്ഷിക്കുന്നതിനായും സംസ്ഥാനവ്യാപകമായി പരിസ്ഥിതി സംരക്ഷണ പ്രക്ഷോഭം ആരംഭിച്ചകാലത്ത്, വെട്ടിനിരത്തൽ സമരമെന്നും കൊടിനാട്ടൽ സമരമെന്നുമൊക്കെ വാർത്തകൾ ചമച്ച് ആ ചരിത്രപരമായ പാരിസ്ഥിതിക ഇടപെടലിന്റെ ശോഭ കെടുത്താൻ ശ്രമിച്ച *മനോരമ* അടക്കമുള്ള മാധ്യമങ്ങൾ ഇന്ന് കാലാവസ്ഥാ വ്യതിയാനത്തെക്കുറിച്ചും പരിസ്ഥിതിസംരക്ഷണത്തെക്കുറിച്ചും ഉഷ്ണതരംഗത്തെപ്പറ്റിയുമൊക്കെ വ്യാകുലപ്പെടുന്നത് കാണുമ്പോൾ അത്ഭുതം തോന്നുന്നു. യൂണിയന്റെ അന്നത്തെ സമരത്തെ ഈ മാധ്യമങ്ങളൊക്കെ ആരോഗ്യപരമായി കണ്ടിരുന്നുവെങ്കിൽ, പിന്തുണ നൽകിയിരുന്നുവെങ്കിൽ കേരളത്തിന്റെ പരിസ്ഥിതിയെ കുറച്ചുകൂടി വ്യാപ്തിയിൽ സംരക്ഷിക്കാനാകുമായിരുന്നു. ഇത്രമേൽ ഭീതിദമായ കനത്ത ചൂടിൽ കേരളം വെന്തുരുകുമായിരുന്നില്ല.

നെൽവയലുകളും ചതുപ്പുകളടക്കമുള്ള നീർത്തടങ്ങളും കുളങ്ങളും മറ്റും സംരക്ഷിക്കാൻവേണ്ടി ചെങ്കൊടിയേന്തി പോരാടിയ കർഷകത്തൊഴിലാളി യൂണിയനായിരുന്നു ശരിയെന്ന് ആ പ്രക്ഷോഭത്തെ കളിയാക്കിയവരും തകർക്കാൻ ശ്രമിച്ചവരും ഇപ്പോഴെങ്കിലും തിരിച്ചറിയുന്നുവെങ്കിൽ നല്ലത്. യൂണിയന്റെ പാരിസ്ഥിതിക വഴികളെ കൂടുതൽ വിപുലപ്പെടുത്താനും കേരളത്തെ സംരക്ഷിക്കാനും ഏവർക്കും ഉത്തരവാദിത്വമുണ്ട്.

കാലാവസ്ഥാ വ്യതിയാനത്തെക്കുറിച്ച് നാം സംസാരിച്ച് തുടങ്ങിയ 1980കൾ മുതൽ തന്നെ പരിസ്ഥിതിസംരക്ഷണത്തിനായുള്ള പരിശ്രമങ്ങളെ തകർക്കാൻ കോർപ്പറേറ്റുകളടക്കമുള്ള വൻകിട സമ്പദ്ശക്തികളും വിശിഷ്യാ അമേരിക്കൻ സാമ്രാജ്യത്വവും ശ്രമിച്ചുകൊണ്ടിരിക്കുന്നത് കാണാനാകും. അന്തരീക്ഷത്തിലെ താപനില കൂടാൻ പ്രധാന കാരണമായ ഹരിതഗൃഹ വാതകങ്ങളുടെ സാന്ദ്രത മനുഷ്യൻ വിചാരിച്ചാൽ കുറയ്ക്കാൻ കഴിയുമെന്ന് വ്യക്തമായിട്ടും സാമ്പത്തിക താൽപ്പര്യംമാത്രം മുൻനിർത്തി കുത്തകലാഭം കുറയുമെന്ന ഭീതിയിൽ അതിനെ എതിർക്കുകയാണ് അമേരിക്കയുടെ നേതൃത്വത്തിൽ സാമ്രാജ്യത്വശക്തികൾ.

കാലാവസ്ഥാ വ്യതിയാനത്തെ ചെറുക്കാനുദ്ദേശിച്ചുള്ള ക്യോട്ടോ ഉടമ്പടിയിൽനിന്ന് വിട്ടുനിന്ന് അതിനെ പരാജയപ്പെടുത്തിയ അമേരിക്ക, പാരീസ് ഉടമ്പടിയിൽ ഒപ്പുവച്ചെങ്കിലും അതിന്റെ അന്തസ്സത്തയ്ക്കൊത്ത വിധമുള്ള നടപടികളിൽനിന്ന് വിട്ടുനിൽക്കുകയാണ്. ലാഭക്കൊതിമാത്രം ലക്ഷ്യമിട്ടുള്ള അന്ധമായ വ്യവസായവൽക്കരണത്തിന്റെ ഫലമായി മനുഷ്യനാൽ സൃഷ്ടിക്കപ്പെട്ട കാലാവസ്ഥാമാറ്റം രാജ്യാതിർത്തികൾക്ക് അപ്പുറത്തുള്ള ആഗോള അടിയന്തരപ്രശ്നമാണ്. അതു പരിഹരിക്കാൻ അന്താരാഷ്ട്രതലത്തിൽ സഹകരിച്ച് പ്രവർത്തിക്കേണ്ടതുണ്ട്. അത് തിരിച്ചറിഞ്ഞുകൊണ്ടുള്ള മുന്നേറ്റമാണ് ലോകത്തിന് ആവശ്യം. കേരളവും ഇന്ത്യയും ഇത്തരം പ്രവർത്തനങ്ങളുടെ മുൻപന്തിയിലുണ്ടാവണം.

തെക്കനേഷ്യൻ, തെക്കുകിഴക്കനേഷ്യൻ രാജ്യങ്ങളിൽ ബാധിച്ച ഉഷ്ണതരംഗമാണ് കേരളത്തിലും ചൂടേറ്റിയിരിക്കുന്നത്. ഇന്ത്യക്കൊപ്പം ഫിലിപ്പീൻസ്, കംബോഡിയ, മ്യാൻമർ, വിയറ്റ്നാം, ബംഗ്ലാദേശ് ഉടങ്ങിയ രാജ്യങ്ങളിലും കടുത്തചൂട് അനുഭവപ്പെടുന്നുണ്ട് എന്നാണ് മനസ്സിലാക്കുന്നത്. കാലാവസ്ഥാവ്യതിയാനമാണ് ഉഷ്ണതരംഗത്തിനു കാരണമെന്ന് യു എന്നിന്റെ കാലാവസ്ഥാ ഏജൻസിയായ ഡബ്ല്യു എം ഒ ചൂണ്ടിക്കാട്ടുന്നു. കിഴക്കൻ ശാന്തസമുദ്രം അസാധാരണ നിലയിൽ ചൂടാവുന്ന എൽനിനോ പ്രതിഭാസമാണ് ഇക്കുറി താപനില വൻതോതിൽ വർദ്ധിക്കാൻ കാരണമായി പറയപ്പെടുന്നത്. കഴിഞ്ഞ ജൂണിൽ ആരംഭിച്ച എൽനിനോ പ്രതിഭാസം പിൻവാങ്ങുകയാണെന്നാണ് ചില കാലാവസ്ഥാ ശാസ്ത്രജ്ഞർ പറയുന്നത്. പസഫിക്കിന്റെ ഉപരിതലം തണുക്കുന്നതുമൂലമുണ്ടാകുന്ന ലാനിന പ്രതിഭാസം ആഗോള കാലാവസ്ഥയെ എപ്രകാരം ബാധിക്കുമെന്ന ആശങ്കയിലാണിപ്പോൾ കാലാവസ്ഥാ വിദഗ്ധരുള്ളത്. ചൂടായാലും മഴയായാലും ജീവജാലങ്ങളുടെ നിലനിൽപ്പിന് ഭീഷണിയാവുന്നവിധത്തിൽ പ്രവചനാതീതമായി മാറുമ്പോൾ, ഏത് വിധേനയും ലാഭം കുന്നുകൂട്ടാനുള്ള മുതലാളിത്തത്തിന്റെ ത്വരയ്ക്കെതിരെ ലോകമനഃസാക്ഷി ഉണരേണ്ടതുണ്ട്.

ഇപ്പോൾ കനത്തചൂടിനെ പ്രതിരോധിക്കാൻ കേരളം കടുത്ത ജാഗ്രത പുലർത്തേണ്ട സമയമാണ്. സംസ്ഥാനത്ത് ആപൽക്കരമായ ഉഷ്ണതരംഗം ഉണ്ടായിരിക്കുന്നു. അസഹ്യമായ ചൂടാണ് അനുഭവപ്പെടുന്നത്. ഇത് അസാധാരണ സാഹചര്യമാണ്. നല്ല ജാഗ്രത ആവശ്യമാണ്. ചൂടുമൂലമുള്ള രോഗങ്ങളും വ്യാപകമാകുന്നുണ്ട്. കേരളത്തിൽ എല്ലായിടത്തും ശരാശരിയിൽനിന്ന് 5.5 ഡിഗ്രി സെൽഷ്യസ് ചൂട് കൂടുതൽ അനുഭവപ്പെടുന്നുണ്ട്. ഇതെഴുതുന്ന സമയത്ത് വരുന്ന ഏഴ് ദിവസങ്ങളിൽ ഇതേ നില തുടരുമെന്നാണ് കാലാവസ്ഥാ മുന്നറിയിപ്പ്. ജാഗ്രതാ മുന്നറിയിപ്പുകൾ നമുക്ക് കൃത്യമായി പാലിക്കാം.

കനത്തചൂട് തൊഴിൽ മേഖലയെയും ഗുരുതരമായി ബാധിച്ചിരിക്കുകയാണ്. കർഷകത്തൊഴിലാളികളടക്കമുള്ള അദ്ധ്വാനിക്കുന്ന ജനവിഭാഗങ്ങൾക്കെല്ലാം ജോലി നിർവ്വഹിക്കാൻ സാധിക്കാത്ത നിലയിൽ ചൂട് ഭീഷണിയാവുന്നു. സൂര്യതാപമേറ്റ് മരണമടക്കം സംഭവിക്കുന്നു. കാർഷികവിളകൾ കൊടുംവേനലിൽ കരിഞ്ഞുണങ്ങുകയാണ്. ആശ്വാസമായെത്തുന്ന വേനൽമഴയേയും കാണാനില്ല. സംസ്ഥാന സർക്കാർ, ചൂടിൽനിന്ന് ജനങ്ങളെ സംരക്ഷിക്കാൻ ആവതെല്ലാം ചെയ്യുന്നുണ്ട്. നമുക്ക് സർക്കാരിന്റെ കരങ്ങൾക്ക് ശക്തിപകരാം. ഈ ദുരിതകാലത്തെയും മറികടക്കാം

ഇതാണോ മോദിയുടെ ഗ്യാരന്റി?
രാജ്യത്തെ കർഷകത്തൊഴിലാളികളും ചെറുകിട കർഷകരും പരമദരിദ്രർ

മോദിയുടെ ഗ്യാരന്റി പരസ്യം മാധ്യമങ്ങളിലൂടെയും മറ്റ് പരസ്യങ്ങളിലൂടെയും പൊതുസമൂഹത്തിലാകെ നിറയുമ്പോഴാണ് കർഷകത്തൊഴിലാളികളുടേയും ദരിദ്ര കർഷകരുടേയും മറ്റ് പാവപ്പെട്ട തൊഴിലാളി വിഭാഗങ്ങളുടെയും ജീവിതം അതിദാരിദ്ര്യത്തിലേക്ക് കൂപ്പുകുത്തുകയാണ്. സ്റ്റാറ്റിസ്റ്റിക്സ് ആന്റ് പ്രോഗ്രാം ഇംപ്ലിമെന്റേഷൻ മന്ത്രാലയത്തിന് കീഴിലെ നാഷണൽ സാമ്പിൾ സർവ്വെ ഓഫീസ് പ്രസിദ്ധീകരിച്ച സർവ്വെ റിപ്പോർട്ടിലൂടെ ഇത് സംബന്ധിച്ച വിശദാംശങ്ങൾ പുറത്തുവന്നിരിക്കുന്നു. ഇതാണോ പ്രധാനമന്ത്രിയുടെ ഗ്യാരന്റി!

പകലന്തിയോളം ചോരനീരാക്കി പണിയെടുത്താലും അവരവരുടെ കുടുംബ ചെലവുകൾ നിർവ്വഹിക്കുവാൻ സാധിക്കാത്ത വിധത്തിൽ ദാരിദ്ര്യമനുഭവിക്കുന്നവരാണ് ചെറുകിട ദരിദ്ര കർഷകരും കാർഷിക മേഖലയെ ആശ്രയിച്ച് ജോലിചെയ്ത് ജീവിക്കുന്ന കർഷകത്തൊഴിലാളികളും. കേന്ദ്രസർക്കാരിന്റെ ഏറ്റവും പുതിയ ഗാർഹിക ഉപഭോഗ ചെലവ് ശേഷി സർവ്വേ (HCES)2022-23 യിലൂടെ കണ്ണോടിച്ചാൽ ഈ നഗ്നയാഥാർത്ഥ്യം മനസ്സിലാക്കാം. ഇന്ത്യയിലെ ഗ്രാമങ്ങളിൽ ജീവിക്കുന്ന ജനങ്ങളിൽ ഗാർഹിക ഉപഭോഗശേഷി ഏറ്റവും കുറഞ്ഞവരായി ദരിദ്രകർഷകരും കർഷകത്തൊഴിലാളികളും മാറുന്നത് ഇത് ആദ്യമായാണ്. കാർഷികമേഖല അപ്പാടെ തകർന്നടിഞ്ഞിരിക്കുന്നു എന്ന യാഥാർത്ഥ്യമാണ് ഇതിലൂടെ മനസ്സിലാക്കാനാകുന്നത്.

കേന്ദ്ര സർവ്വേ (Household Consumption Expenditure Survey

-HCES, 2022-23) പ്രകാരം രാജ്യത്ത് ആദ്യമായാണ് കാർഷിക കുടുംബങ്ങളുടെ ശരാശരി പ്രതിശീർഷ ഉപഭോഗ ചെലവ് (MPCE)ഗ്രാമീണ കുടുംബങ്ങളുടെ മൊത്തത്തിലുള്ള ശരാശരിയേക്കാൾ താഴ്ന്നതായി രേഖപ്പെടുത്തുന്നത്. 2022-23 ആഗസ്റ്റ്-ജൂലൈ കാലയളവിൽ കാർഷിക മേഖലയിൽ സ്വന്തമായി കൃഷിചെയ്യുന്ന ഇടത്തരം കർഷക കുടുംബങ്ങളുടെയും അവരുടെ കൃഷിഭൂമിയിൽ തൊഴിലെടുക്കുന്ന കർഷകത്തൊഴിലാളി കുടുംബങ്ങളുടെയും ശരാശരി എം പി സി ഇ 3,702 രൂപയായി താണിരിക്കുകയാണ്. ഗ്രാമീണ കുടുംബങ്ങളുടെ മൊത്തത്തിലുള്ള ശരാശരിയെക്കാൾ കുറവാണ് ഈ നിരക്ക്. ഇതര ഗ്രാമീണരുടെയും ഉപഭോഗ ചെലവ് വളരെ കൂടുതലൊന്നുമല്ല. എന്നാൽ, അത് കാർഷിക മേഖലയിലുള്ള ദരിദ്ര കർഷകരേയും കർഷകത്തൊഴിലാളികളേയും അപേക്ഷിച്ച് ഉയരത്തിലാണ്. ശരാശരി 3,773 രൂപയാണ്.

പണപ്പെരുപ്പത്തിന്റെ സാഹചര്യത്തിൽ ഈ തുകകൊണ്ട് ഒരു കുടുംബത്തിന് ഒരുവിധത്തിലും മുന്നോട്ടുപോകുവാൻ സാധിക്കില്ല. ദരിദ്ര കർഷകരുടെയും കർഷകത്തൊഴിലാളികളുടെയും ദൈനംദിന ചെലവഴിക്കൽ ശേഷി വെറും 48 രൂപയാണ്. നഗര മേഖലകളിൽ സ്വന്തമായി കാർഷിക ജോലികൾ ചെയ്യുന്നവരുടെ ചെലവഴിക്കൽ ശേഷി 69.5 രൂപയാണ്. കാർഷിക മേഖലയിൽനിന്ന് ജീവിതം പുലർത്തുന്ന കുടുംബങ്ങളുടെ ശരാശരി പ്രതിശീർഷ ഉപഭോഗച്ചെലവും ഗ്രാമീണ കുടുംബങ്ങളുടെ മൊത്തത്തിലുള്ള ഉപഭോഗ ശരാശരിയും തമ്മിലുള്ള അന്തരം വർഷങ്ങളായി കുറഞ്ഞുവരുന്ന പ്രവണത ഉണ്ടായിരുന്നു. അന്നൊന്നും കാർഷികമേഖലയിലുള്ള ദരിദ്രകർഷകരും കർഷകത്തൊഴിലാളികളും ഇത്രയും ദയനീയാവസ്ഥയിലേക്ക് തള്ളപ്പെട്ടിരുന്നില്ല. കോവിഡ് കാലത്തിന്റെ പ്രതിഫലനം എന്നൊക്കെയാണ് ഈ അവസ്ഥയ്ക്ക് കാരണമായി കേന്ദ്രസർക്കാരും ബി ജെ പി-ആർ എസ് എസ്-സംഘപരിവാരങ്ങളും ചൂണ്ടിക്കാണിക്കുന്നത്. പക്ഷേ, വസ്തുത മറിച്ചാണ്. ചില കുടിയേറ്റ തൊഴിലാളികൾ തങ്ങളുടെ ഗ്രാമങ്ങളിലേക്ക് മടങ്ങിയെന്നത് പോലെതന്നെ ചെറുകിട കർഷകരും കർഷകത്തൊഴിലാളികളും നഗരങ്ങളിലേക്ക് തൊഴിൽതേടി പലായനം ചെയ്തിട്ടുണ്ട്. മുടന്തൻ ന്യായങ്ങൾ പറഞ്ഞ് ദാരിദ്ര്യക്കെടുതിയിൽ അകപ്പെട്ടവരെ ഇനിയും തളർത്തരുത്. മോദിയുടെ ഗ്യാരന്റിയാണ് ഈ ദുരിത ജീവിതമെന്നത് ലോകമാകെ തിരിച്ചറിയുന്നുണ്ട്.

1999-2000 കാലയളവിൽ കാർഷിക മേഖലയിൽ ജീവിക്കുന്ന ഗ്രാമീണ കുടുംബങ്ങളുടെ ശരാശരി പ്രതിശീർഷ ഉപഭോഗ ചെലവ് 520 രൂപയായിരുന്നു. അതേസമയം ഗ്രാമീണ കുടുംബങ്ങളുടെ മൊത്തത്തിലുള്ള ശരാശരി 486 രൂപയുമായിരുന്നു. 2004-05 ൽ കാർഷിക കുടുംബ

ങ്ങളുടെ ശരാശരി പ്രതിശീർഷ ഉപഭോഗ ചെലവ് 583 രൂപയായിരുന്നപ്പോൾ ഗ്രാമീണ കുടുംബങ്ങളുടെ മൊത്തം ശരാശരി 559 രൂപയായിരുന്നു. 2011-12 ൽ കാർഷിക കുടുംബങ്ങളുടെ ശരാശരി പ്രതിശീർഷ ഉപഭോഗ ചെലവ് 1,436 രൂപയായിരുന്നു. ശരാശരി ഗ്രാമീണ ചെലവ് അന്ന് 1,430 രൂപയായിരുന്നു. എന്നാൽ, കഴിഞ്ഞ പത്ത് വർഷങ്ങളിലെ മോദി ഭരണകാലത്ത് എല്ലാം കീഴ്മേൽ മറിഞ്ഞു. അതിസമ്പന്നരുടെ ക്ഷേമവും ലാഭവും മാത്രം ലാക്കാക്കി ഭരണംനടത്തുന്ന കേന്ദ്രസർക്കാർ രാജ്യത്തെ പട്ടിണിപ്പാവങ്ങളുടെ ജീവിതത്തെ പുറംകാലുകൊണ്ട് തട്ടിയെറിഞ്ഞു.

രാജ്യത്തെ ഗ്രാമീണ കർഷകരും കർഷകത്തൊഴിലാളികളും മാത്രമല്ല ഇങ്ങനെ ദരിദ്ര സാഹചര്യത്തിലേക്ക് എടുത്തെറിയപ്പെട്ടിട്ടുള്ളത്. നാടൻ തൊഴിലാളികളുടെയും മറ്റ് കൂലിപ്പണികളെടുക്കുന്ന തൊഴിലാളികളുടെയും ശരാശരി പ്രതിശീർഷ ഉപഭോഗ ചെലവും ഗ്രാമീണ ശരാശരിയേക്കാൾ കുറവാണ്.

ഈ റിപ്പോർട്ട് തയ്യാറാക്കിയിരിക്കുന്നത്, രാജ്യത്തെ 2,61,746 ഗാർഹിക യൂണിറ്റുകളെ പഠിച്ചാണ്. 1,55,014 ഗ്രാമീണ കുടുംബ യൂണിറ്റുകളും 1,06,732 നഗര യൂണിറ്റുകളും സാമ്പിൾ സർവ്വെ ചെയ്താണ് വസ്തുതകൾ മനസ്സിലാക്കിയിരിക്കുന്നത്. ഭക്ഷണം, ഉപഭോക്തൃ വസ്തുക്കളും സേവനങ്ങളും ഇതര ഗാർഹിക ഉപയോഗ വസ്തുക്കൾ എന്നിങ്ങനെ മൂന്ന് കാറ്റഗറികളിലായി വാങ്ങൽശേഷിയെ പഠിച്ചാണ് റിപ്പോർട്ട് തയ്യാറാക്കിയിരിക്കുന്നത്.

അഞ്ചുവർഷത്തെ ഇടവേളയിലാണ് സർവ്വെ നടത്തേണ്ടത്. ഇപ്പോൾ പതിനൊന്നു വർഷത്തിനുശേഷമാണ് കേന്ദ്രസർക്കാർ ഈ റിപ്പോർട്ടിലെ വിവരങ്ങൾ പുറത്തുവിടാൻ തയ്യാറായിരിക്കുന്നത്. നോട്ടുനിരോധനവും ജി എസ് ടിയും സാധാരണ ജനജീവിതത്തെ താളം തെറ്റിച്ചതിന്റെ വിവരങ്ങൾ സർക്കാർ റിപ്പോർട്ടിലൂടെതന്നെ പുറത്തുവരുന്നത് തടയുകയായിരുന്നു റിപ്പോർട്ട് പൂഴ്ത്തിവെക്കലിന്റെ ഉദ്ദേശ്യം. ഈ റിപ്പോർട്ടിലെ ഡാറ്റയിലൂടെ എന്താണ് മോദിയുടെ ഗ്യാരന്റി എന്നത് ജനങ്ങൾക്ക് മനസ്സിലാക്കാൻ സാധിക്കും.

പാവപ്പെട്ട കർഷകത്തൊഴിലാളികൾക്കും ദരിദ്ര കർഷകർക്കും ജീവിതം നിഷേധിക്കുന്ന നിലപാടും നയങ്ങളുമായി മുന്നോട്ടുപോകുന്ന പ്രധാനമന്ത്രി നരേന്ദ്രമോദിയെയും കൂട്ടരെയും വരുന്ന പാർലമെന്റ് തെരഞ്ഞെടുപ്പിൽ പരാജയപ്പെടുത്തിയില്ലായെങ്കിൽ പാവപ്പെട്ടവർക്കും മറ്റ് പിന്നോക്കംനിൽക്കുന്ന ജനവിഭാഗങ്ങൾക്കും തങ്ങളുടെ ജീവിതം നഷ്ടപ്പെടും എന്നതിൽ ഒരു തർക്കവും വേണ്ട.

ഗവർണ്ണർ കോമാളിയാവരുത്

പതിനഞ്ചാം കേരള നിയമസഭയുടെ പത്താം സമ്മേളനം ആരംഭിച്ചത് ഗവർണ്ണർ ആരിഫ് മുഹമ്മദ്ഖാന്റെ നയപ്രഖ്യാപന പ്രസംഗത്തോടെയാണ്. നിയമസഭാംഗം എന്നുള്ള നിലയിൽ ഞാൻ അന്ന് സഭയിൽ ഉണ്ടായിരുന്നു. പ്രസംഗത്തിനായി വരുന്ന ഗവർണ്ണറെ സഭാദ്ധ്യക്ഷനും സഭാ നേതാവും ചേർന്ന് സ്വീകരിച്ച് നിയമസഭയിലേക്ക് കൊണ്ടുവന്നു. ഗവർണ്ണർ നയപ്രഖ്യാപന പ്രസംഗം തുടങ്ങി. ഏവരെയും അത്ഭുതപ്പെടുത്തിക്കൊണ്ട് വെറും 1.22 മിനുട്ടുകൊണ്ട് പ്രസംഗം അവസാനിപ്പിച്ച് ഗവർണ്ണർ നിയമസഭയിൽനിന്നും മടങ്ങി. കേരളത്തിന്റെ നിയമസഭ ഒരു ശത്രുരാജ്യമാണെന്ന് തോന്നിപ്പിക്കുന്ന ഭാവവും ശരീരഭാഷയുമായിരുന്നു ഗവർണ്ണർ ആ ചുരുങ്ങിയ സമയത്ത് പ്രകടിപ്പിച്ചത്.

കേരളത്തോടുള്ള, മലയാളികളോടുള്ള അഹഹേളനമായിരുന്നു ഗവർണ്ണറുടെ ആ പ്രവൃത്തി. നേരത്തെ ആറാം നിയമസഭയുടെ ഏഴാം സമ്മേളനത്തിൽ ഗവർണ്ണർ ജ്യോതി വെങ്കടാചലം ആറ് മിനുട്ടിൽ നയപ്രഖ്യാപന പ്രസംഗം അവസാനിപ്പിച്ചിരുന്നു. ശാരീരിക വൈഷമ്യമുള്ളതുകൊണ്ടാണ് അവർ അത്തരത്തിൽ പ്രസംഗം ഹ്രസ്വമാക്കിയത്. 15 മിനുട്ടിൽ കുറഞ്ഞ് മറ്റൊരു ഗവർണ്ണറും കേരള നിയമസഭയിൽ നയപ്രഖ്യാപന പ്രസംഗം നടത്തിയിട്ടില്ല. ആരിഫ് മുഹമ്മദ്ഖാന് മുമ്പ്, ഗവർണ്ണറായിരുന്ന ജസ്റ്റിസ് പി സദാശിവമാണ് കേരള നിയമസഭയിൽ ഏറ്റവും ദൈർഘ്യമുള്ള നയപ്രഖ്യാപന പ്രസംഗം നടത്തിയത്. 157 മിനുട്ടായിരുന്നു അദ്ദേഹമെടുത്ത സമയം. അദ്ദേഹത്തെ ഗവർണ്ണറായി നിയോഗിച്ചതും എൻ ഡി എ സർക്കാരിന്റെ കാലത്ത് തന്നെയാണ്. പക്ഷേ, സദാശിവം അന്തസ്സുള്ള നിലപാടാണ് നിയമസഭയിലും മലയാളികളോടും സ്വീകരിച്ചിരുന്നത്. ബി ജെ പി നിയന്ത്രിക്കുന്ന ഭരണകൂടത്തിന്റെ വക്താവായിരുന്നുവെങ്കിലും ജനാധിപത്യത്തെയും ഭരണഘടനയെയും ബഹുമാനിക്കുന്ന നിലപാടാണ് ന്യായാധിപനായി വിരമിച്ചശേഷം ഗവർണ്ണർ പദവിയിലെത്തിയ സദാശിവം കൈക്കൊണ്ടത്.

തന്റെ രാഷ്ട്രീയജീവിതത്തിൽ നിലപാട് കാത്തുസൂക്ഷിക്കാത്ത രാഷ്ട്രീയ വ്യക്തിത്വമാണ് ഇപ്പോഴത്തെ ഗവർണ്ണർ ആരിഫ് മുഹമ്മദ് ഖാൻ. ക്രാന്തിദളിലൂടെ രാഷ്ട്രീയത്തിൽവന്ന ഇദ്ദേഹം വൈകാതെ കോൺഗ്രസിലേക്ക് ചേക്കേറി. തുടർന്ന് ജനതാദളിലേക്ക് ചാടി. അവിടെനിന്ന് ബഹുജൻ സമാജ്‌വാദി പാർട്ടിയിലെത്തി. പിന്നീടാണ് ബി ജെ പിയിലെത്തുന്നത്. കാവിപാർട്ടി തന്നെ അവഗണിക്കുന്നുവെന്ന് ആരോപിച്ച് ബി ജെ പിയിൽനിന്നും അകന്നുനിന്ന ആരിഫിനെ കേരള ഗവർണ്ണറായി നിയോഗിച്ചാണ് ബി ജെ പി ആശ്വാസം കൊടുത്തത്. ഇപ്പോൾ രാജാവിനേക്കാൾ വലിയ രാജഭക്തിയോടെ ഭരണഘടനയെയും

ജനാധിപത്യത്തെയും മതനിരപേക്ഷതയെയും ദുർബ്ബലപ്പെടുത്താൻ ആരിഫ് മുഹമ്മദ് ഖാൻ പരിശ്രമിക്കുകയാണ്. അതിന്റെ ഭാഗമായിരുന്നു കേരള നിയമസഭയിലെ നാണംകെട്ട പ്രകടനം, മുൻ ഗവർണ്ണർ ജസ്റ്റിസ് സദാശിവത്തിന്റെ അന്തസ്സുള്ള നിലപാട് ആരിഫ് മുഹമ്മദ് ഖാന് മുന്നോട്ടുവെക്കാൻ സാധിക്കാത്തത് അധികാരത്തിനോടുള്ള ആർത്തി കൊണ്ടാണ്. സ്ഥാനമാനങ്ങൾ ലഭിക്കാൻ തോന്നുംപോലെ പാർട്ടി മാറുകയും നിലപാട് മാറ്റുകയും ചെയ്യുന്ന ആരിഫ് മുഹമ്മദ് ഖാന്റെ ഇപ്പോഴത്തെ പ്രകടനങ്ങൾ ആർ എസ് എസ് ബി ജെ പി നേതൃത്വത്തിന്റെ പ്രീതി പിടിച്ചുപറ്റാനുള്ള വിലകുറഞ്ഞ നാടകങ്ങൾ മാത്രമാണ്.

നയപ്രഖ്യാപന പ്രസംഗത്തിനായി സമയം വിനിയോഗിക്കാൻ തയ്യാറില്ലാത്ത ഗവർണ്ണർ ആരിഫ്, കൊല്ലത്ത് വെച്ച് വിദ്യാർത്ഥികളോട് യുദ്ധംപ്രഖ്യാപിച്ച് ഒരു പീടികത്തിണ്ണയിൽ ഒന്നര മണിക്കൂർ ധർണ്ണയിരുന്നു. എന്ത് ലജ്ജാവഹമായ നിലപാടാണ് അത്. ഭരണഘടനയെ വെല്ലുവിളിച്ചുകൊണ്ടാണ് ഗവർണ്ണറുടെ ഇത്തരം പ്രവൃത്തികൾ. രാജ്യത്തെ നിലവിലുള്ള നിയമങ്ങളൊന്നും തനിക്ക് ബാധകമല്ലെന്നാണ് ഗവർണ്ണർ കരുതുന്നത്. എന്തൊക്കെ കോപ്രായങ്ങളാണ് അദ്ദേഹം തെരുവിൽ കാണിക്കുന്നത്. റോഡരികിൽനിന്ന് കരിങ്കൊടി കാണിക്കുന്ന വിദ്യാർത്ഥികളുടെ നേർക്ക് വാഹനം നിർത്തിച്ച് പാഞ്ഞടുത്ത ഗവർണ്ണറുടെ മനോനിലയിൽ കുഴപ്പമുണ്ടെന്ന് ആരെങ്കിലും സംശയിച്ചാൽ അവരെ കുറ്റംപറയാൻ കഴിയില്ല.

വിദ്യാർത്ഥികൾ ഗവർണ്ണറുടെ വാഹനം തടയാനോ, കൈയേറ്റം ചെയ്യാനോ മുതിർന്നിട്ടില്ല. തികച്ചും ജനാധിപത്യരീതിയിലാണ് കറുത്ത തുണി ഉയർത്തിക്കാണിച്ച് പ്രതിഷേധിച്ചത്. എന്നിട്ടോ, വിദ്യാർത്ഥികൾ കാറിൽ ഇടിച്ചെന്ന പച്ചക്കള്ളം യാതൊരു ഉളുപ്പുമില്ലാതെ മാധ്യമങ്ങളോട് പറഞ്ഞു. എന്നാൽ, ദൃശ്യങ്ങളിൽ ഗവർണ്ണർ തന്റെ ബെൻസ് കാർ സമരക്കാർ നിന്നതിന്റെ 25 മീറ്റർ അകലെ നിർത്തിച്ച് റോഡിലിറങ്ങുന്നത് കാണാനാവും. ഗവർണ്ണറുടെ ആ പ്രവൃത്തി സുരക്ഷാനിയമങ്ങൾക്ക് വിരുദ്ധമായതിനാൽ പോലീസ് സുരക്ഷയൊരുക്കാൻ ശ്രമിച്ചു. പോലീസിനെ തട്ടിമാറ്റി 'ആവോ, ആവോ' എന്ന് വിദ്യാർത്ഥികളെ വെല്ലുവിളിച്ച് നിലവിട്ട രീതിയിൽ എന്തൊക്കെയോ വിളിച്ചുപറയുന്ന ഗവർണ്ണറെയാണ് നാം കണ്ടത്.

പ്രധാനമന്ത്രിയെ വിളിക്കാനും കേന്ദ്ര ആഭ്യന്തരമന്ത്രിയെ വിളിക്കാനും മുഖ്യമന്ത്രിയെ ഇവിടെ കൊണ്ടുവരണമെന്ന് കൽപ്പിക്കാനുമൊക്കെ ആ പീടികത്തിണ്ണയിലിരുന്ന് ഗവർണ്ണർ പരിശ്രമിച്ചു. എസ് എഫ് ഐക്കാർക്കെതിരെ കേടുക്കണമെന്നായിരുന്നു അദ്ദേഹത്തിന്റെ ആവശ്യം. പ്രതിഷേധക്കാർക്കെതിരെ കേസെടുക്കുന്നത് സ്വാഭാവിക

നടപടിയാണ്. അതിന് ഗവർണ്ണർ അട്ടഹസിക്കേണ്ട കാര്യമില്ല. ലക്ഷ്യം മറ്റൊന്നായിരുന്നു. അത് മുൻകൂട്ടി തയ്യാറാക്കിയ തിരക്കഥയുമായിരുന്നു. കൊല്ലത്തുനിന്നും തിരുവനന്തപുരത്തേക്ക് എത്തുമ്പോൾ, സി ആർ പി എഫ് ഗവർണ്ണറുടെ സുരക്ഷ ഏറ്റെടുത്തു. കേന്ദ്രസർക്കാരും ബി ജെ പി - ആർ എസ് എസ് നേതൃത്വവുമാണ് ഗവർണ്ണറുടെ കോപ്രായ പ്രകടനങ്ങൾക്ക് പിറകിലെന്ന് മനസ്സിലാക്കാൻ ഇതിൽപ്പരമൊരു തെളിവ് വേണോ?

ഗവർണ്ണറെപ്പോലൊരാൾ നിലവിട്ട രീതിയിൽ ഇത്തരം പ്രകടനങ്ങൾ നടത്തിയാൽ രാജ്യമെമ്പാടുമുള്ള മാധ്യമങ്ങളിൽ വലിയ വാർത്താ പ്രാധാന്യം കിട്ടുമെന്ന് ആർ എ സ് എസ് - ബി ജെ പി നേതൃത്വത്തിനറിയാം. കേരളത്തിലെ ബി ജെ പിക്കാരെക്കൊണ്ട് സാധിക്കാത്ത മീഡിയാശ്രദ്ധ പിടിച്ചുപറ്റാനാണ് ഗവർണ്ണറെക്കൊണ്ട് വിഡ്ഢിവേഷം കെട്ടിക്കുന്നത്. ആർ എസ് എസിനുവേണ്ടി എന്ത് കോപ്രായം കാണിക്കാനും മടിയില്ലാത്ത ആരിഫ് മുഹമ്മദ്ഖാൻ സംഘപരിവാറുകാർക്ക് അലങ്കാരമായിരിക്കും. എന്നാൽ, പ്രബുദ്ധ കേരളത്തിന് ഇദ്ദേഹം അപമാനമാണ്. മലയാളികൾക്ക് തിരിച്ചറിവുണ്ട് എന്നത് ആരും മറന്നുപോകരുത്.

യൂത്ത് കോൺഗ്രസിന്റെ വ്യാജത്തവും ഗവർണ്ണറുടെ വീഴ്ചയും

പതിനാറു വർഷംമുമ്പ് യൂത്ത് കോൺഗ്രസിന്റെയും എൻ എസ് യു വിന്റെയും ചുമതലയുള്ള കോൺഗ്രസ് ജനറൽ സെക്രട്ടറിയായി രാഹുൽ ഗാന്ധി ചുമതലയേറ്റപ്പോൾ, മെച്ചപ്പെട്ട ഇന്ത്യ കെട്ടിപ്പടുക്കാൻ യുവാക്കളുടെ ഊർജ്ജം കെട്ടഴിച്ചുവിടണമെന്നും ഭാവി കോൺഗ്രസ് നേതൃത്വത്തെ നിർമ്മിച്ചെടുക്കുന്ന യന്ത്രമായി യൂത്ത് കോൺഗ്രസ് മാറണമെന്നും ആഹ്വാനം ചെയ്യുകയുണ്ടായി. യൂത്തിന്റെ പുതിയ നേതൃത്വമാണ് രാജ്യത്തിന്റെ രാഷ്ട്രീയം മൗലികമായി മാറ്റേണ്ടതെന്നും രാഹുൽ പറഞ്ഞു. ആ ആഹ്വാനം പിന്തുടർന്നാണോ കേരളത്തിലെ യൂത്ത് കോൺഗ്രസുകാർ പ്രവർത്തിക്കുന്നത് എന്ന് വെളിപ്പെടുത്താനുള്ള ഉത്തരവാദിത്വം കെ പി സി സിക്കും എ ഐ സി സിക്കുമുണ്ട്.

യൂത്ത് കോൺഗ്രസ് ഭാരവാഹികളെ കണ്ടെത്താൻ തെരഞ്ഞെടുപ്പ് നടന്നത് ആഭ്യന്തര ജനാധിപത്യം സ്ഥാപിക്കുകയെന്ന ലക്ഷ്യത്തോടെയാണെന്നാണ് അവർ അവകാശപ്പെടുന്നത്. എന്നാൽ, അത് രാഹുൽഗാന്ധി പറഞ്ഞതുപോലെ ആയിരുന്നില്ല. ഒരു രാഷ്ട്രീയ നേതൃത്വം എന്താകരുതെന്ന വ്യക്തമായ സന്ദേശമാണ് ഈ തെരഞ്ഞെടുപ്പ് പ്രക്രിയ മുന്നോട്ടുവെച്ചത്.

ലക്ഷക്കണക്കിന് വ്യാജ തിരിച്ചറിയൽ കാർഡ് നിർമ്മിക്കുകയും അതുപയോഗിച്ച് വ്യാപക കള്ളവോട്ട് നടക്കുകയും ചെയ്തു. ഈ കള്ളവോട്ടിന്റെ ബലത്തിലാണ് പുതിയ പ്രസിഡന്റിനെ തിരഞ്ഞെടുത്തത്. 7.43 ലക്ഷം വോട്ടാണ് മൊത്തം രജിസ്റ്റർ ചെയ്തിരുന്നതെന്നാണ്

വാർത്താ മാധ്യമങ്ങളിലൂടെ അറിയാൻ സാധിച്ചത്. ഇതിൽ 2, 21, 986 വോട്ട് നേടിയാണ് പുതിയ പ്രസിഡന്റ് സ്ഥാനാരോഹിതനായത്. രണ്ടു ലക്ഷത്തോളം പാട്ടുകൾ അസാധുവാക്കി. ഒന്നേ കാൽ ലക്ഷം വോട്ട് എണ്ണാതെ മാറ്റിനിർത്തിയത്രേ. ഏഴരലക്ഷത്തോളം വോട്ടിൽ പകുതിയോളം വോട്ട് പരിഗണിക്കാതെയുള്ള തെരഞ്ഞെടുപ്പാണ് നടന്നതെന്ന് വ്യക്തം. ഇത്തരമൊരു തെരഞ്ഞെടുപ്പിന് എന്ത് വിശ്വാസ്യതയാണുള്ളത്. ഇതാണോ രാഹുൽഗാന്ധി പറഞ്ഞ മാതൃക?

ഭീകരസംഘങ്ങളും തട്ടിപ്പ് വീരന്മാരും ഉപയോഗിക്കുന്ന തന്ത്രങ്ങളാണ് തെരഞ്ഞെടുപ്പിൽ യൂത്ത് കോൺഗ്രസിലെ ഒരു വിഭാഗം ഉപയോഗിച്ചത്. തെരഞ്ഞെടുപ്പ് കമീഷൻ നൽകുന്ന കാർഡിന് സമാനമായ കാർഡുകളാണ് യൂത്ത് കോൺഗ്രസുകാർ നിർമ്മിച്ചത് എന്നത് അതീവ ഗൗരവമുള്ള വിഷയമാണ്. രാഹുൽഗാന്ധിയുടെ പേരിലുള്ള വ്യാജ തിരിച്ചറിയൽ കാർഡുപോലും നിർമ്മിച്ചു. പൊതു തെരഞ്ഞെടുപ്പിൽ ഉപയോഗിക്കുന്ന തിരിച്ചറിയൽ കാർഡുകൾതന്നെയാണ് യൂത്ത് കോൺഗ്രസ് കൃത്രിമമായി നിർമ്മിച്ച് വൻതോതിൽ വിതരണം ചെയ്തിട്ടുള്ളത്. ഇത്തരം വ്യാജ കാർഡുകൾ അടുത്ത ലോക്സഭ-നിയമസഭാ തെരഞ്ഞെടുപ്പിൽ ഉപയോഗിച്ച് കള്ളവോട്ട് ചെയ്യാനുള്ള സാദ്ധ്യത തള്ളിക്കളയാനാകില്ല.

ജനങ്ങൾ കൂടെനിന്നില്ലെങ്കിൽ കള്ളവോട്ട് ചെയ്ത് അധികാരം കവർന്നെടുക്കുമെന്ന സന്ദേശമാണ് ഇതിലൂടെ കോൺഗ്രസ് നേതൃത്വം നൽകുന്നത്. ജനപ്രതിനിധികളെ തെരഞ്ഞെടുക്കുന്നത് കൃത്രിമമാർഗ്ഗത്തിലായാൽ സർക്കാർ രൂപീകരണവും കൃത്രിമമാകും അന്തിമഫലം വ്യാജ ജനാധിപത്യവും മൂന്നാമതും എൽ ഡി എഫ് ഭരണം വരുന്നത് തടയാൻ എന്ത് മാർഗ്ഗവും കോൺഗ്രസുകാർ സ്വീകരിക്കുമെന്ന മുന്നറിയിപ്പാണ് ഈ സംഭവം നൽകുന്നത്. അതിനാൽ ജനാധിപത്യ വിശ്വാസികൾ അതീവ ജാഗ്രതയോടെ നിലകൊള്ളണം.

രാജ്യത്തിന്റെ പരമോന്നത നീതിപീഠം കേരള ഗവർണ്ണർക്ക് ശക്തമായ താക്കീതാണ് നൽകിയത്. 'ഗവർണ്ണർക്ക് ഭരണഘടനാപരമായ ഉത്തരവാദിത്വമുണ്ട്. അത് നിറവേറ്റിയില്ലെങ്കിൽ സുപ്രീംകോടതിക്ക് ഇടപെടേണ്ടിവരും. ഇടപെട്ടില്ലെങ്കിൽ ജനങ്ങൾ ഞങ്ങളോട് ചോദിക്കും'. എന്നാണ് ബഹുമാനപ്പെട്ട കോടതി പറഞ്ഞത്. നിയമസഭ യുടെ പ്രവർത്തനം തടയാൻ ഗവർണ്ണർക്ക് ഒരധികാരവുമില്ലെന്ന് സംശയത്തിനിടയില്ലാ ത്തവിധം വ്യക്തമാക്കിയ സുപ്രീംകോടതി കേരള നിയമസഭ പാസാക്കിയ ബില്ലുകൾ രണ്ടുവർഷം പിടിച്ചുവച്ചത് എന്തിനെന്ന സുപ്രധാന ചോദ്യവും ഉന്നയിച്ചു. ഇത്രയും വലിയ കാലതാമസത്തിന് ഒരു ന്യായീകരണവുമില്ല. ബില്ലുകൾ പിടിച്ചുവയ്ക്കാനുള്ള കാരണം ഗവർണ്ണർ സർക്കാരിനെ അറിയിച്ചതുമില്ല. പഞ്ചാബ് കേസിന്റെ വിധിയിൽ കോടതി

ഇതു സംബന്ധിച്ച് എല്ലാകാര്യങ്ങളും വ്യക്തമാക്കിയിട്ടുണ്ടെന്നും ചീഫ് ജസ്റ്റിസ് ഡി വൈ ചന്ദ്രചൂഡ് ഓർമ്മിപ്പിച്ചു. ബുധനാഴ്ച കേരളത്തിന്റെ കേസ് വീണ്ടും പരിഗണിക്കുമ്പോഴേക്കും പഞ്ചാബ് വിധി വായിച്ചു പഠിച്ചുവരാൻ കഴിഞ്ഞയാഴ്ച ഗവർണ്ണറോട് നിർദ്ദേശിച്ചിരു ന്നു. അതുണ്ടായിട്ടില്ലെന്ന്, സുപ്രീംകോടതിക്ക് അർഹിക്കുന്ന ആദരവ് ഗവർണ്ണർ നൽകുന്നുണ്ടോയെന്ന കോടതിയുടെ ചോദ്യത്തിൽനിന്ന് വ്യക്തമാകുന്നുണ്ട്.

ഗവർണ്ണറുടെ അധികാരം സംബന്ധിച്ച് കൃത്യമായ മാർഗ്ഗനിർദ്ദേശം വേണമെന്ന കേരളത്തിന്റെ ആവശ്യം പരിഗണിക്കുമെന്നും ചീഫ് ജസ്റ്റിസ് ചന്ദ്രചൂഡ് അദ്ധ്യക്ഷനും ജെ ബി പർധിവാല, മനോജ് മിശ്ര എന്നിവർ അംഗങ്ങളുമായ ബെഞ്ച് വ്യക്തമാക്കിയിട്ടുണ്ട്. ഇതിനായി കേരളത്തിന്റെ ഹർജ്ജി ഭേഗതിചെയ്ത് നൽകാൻ കോടതി നിർദ്ദേശിച്ചു. കേരളത്തിന്റെ ഹർജ്ജി തള്ളണമെന്ന ഗവർണ്ണറുടെയും കേന്ദ്ര സർക്കാരിന്റെയും ആവശ്യം കോടതി തള്ളി.

നിയമസഭകൾ പാസാക്കുന്ന ബില്ലുകൾ സംബന്ധിച്ച മൂന്നു സാധ്യതയാണ് ഗവർണ്ണർക്ക് മുന്നിലുള്ളത്. ബില്ലുകളിൽ ഒപ്പിടാം, പിടിച്ചുവയ്ക്കാം, രാഷ്ട്രപതിക്ക് അയക്കാം. പിടിച്ചുവയ്ക്കൽ എന്നത് വ്യക്തത വരുത്താൻവേണ്ടി മാത്രമാണ്. അനന്തമായി പിടിച്ചുവയ്ക്കാൻ ഗവർണ്ണർക്ക് ഒരധികാരവുമില്ലെന്ന് പഞ്ചാബിന്റെ കേസിൽ കോടതി വ്യക്തമാക്കിയിരുന്നു. പിടിച്ചുവച്ചാൽ എത്രയുംവേഗം ഗവർണർ അഭിപ്രായം രേഖപ്പെടുത്തി നിയമസഭയ്ക്ക് തിരിച്ചയക്കണം. അങ്ങനെ മടക്കിയയക്കുന്ന ബിൽ ഗവർണ്ണറുടെ അഭിപ്രായം സ്വീകരിച്ചോ തിരസ്കരിച്ചോ സഭ വീണ്ടും പാസാക്കി നൽകിയാൽ ഗവർണ്ണർ ഒപ്പിട്ടേ മതിയാകൂ. ഒപ്പിടാതെ ബില്ലുകൾ പിടിച്ചുവയ്ക്കാൻ ഗവർണ്ണർക്ക് അധികാരമുണ്ടെന്നു വന്നാൽ പാർലമെന്ററി സംവിധാനത്തിന്റെ അടിസ്ഥാന ഘടനതന്നെ തകരും. അതുകൊണ്ടാണ്, പരമോന്നത നീതിപീഠം പഞ്ചാബ് കേസിൽ എല്ലാം വ്യക്തമായി പറഞ്ഞതും അത് വായിക്കാൻ കേരള ഗവർണ്ണറോട് നിർദ്ദേശിച്ചതും. ഇതൊന്നും പരിഗണിക്കാതെയാണ് ഇപ്പോൾ ഏഴ് ബില്ലുകൾ രാഷ്ട്രപതിക്ക് അയച്ചത്.

സുപ്രീംകോടതി തീരുമാനം അംഗീകരിക്കാത്ത ഗവർണ്ണർ ആരിഫ് മുഹമ്മദ്ഖാന്റെ നിലപാട് തീർത്തും ഭരണഘടനാ വിരുദ്ധമാണ്. ഗവർണ്ണർ സ്ഥാനം രാജിവെച്ച് സംഘപരിവാറിനൊപ്പം രാഷ്ട്രീയ പ്രവർത്തനം നടത്തുന്നതാണ് ആരിഫിന് നല്ലത്. ജനപക്ഷത്തു നിന്ന് പുതിയ കേരള മോഡലുകൾ സൃഷ്ടിക്കുന്ന എൽ ഡി എഫ് സർക്കാരിനെതിരായ വലതുപക്ഷ കൂട്ടായ്മയുടെ കോ-ഓർഡിനേറ്ററാണ് ആരിഫ് മുഹമ്മദ് ഖാൻ.

കേരളത്തെ ഭിന്നിപ്പിക്കാൻ നോക്കേണ്ട

തീർത്തും ദൗർഭാഗ്യകരമായ സംഭവമാണ് കളമശ്ശേരിയിൽ ഉണ്ടായത്. യഹോവയുടെ സാക്ഷികളുടെ പ്രാർത്ഥനാസമ്മേളന ഹാളിൽ ഉണ്ടായ സ്ഫോടനത്തിൽ മൂന്ന് ജീവനുകൾ നഷ്ടപ്പെട്ടു. ഇതെഴുതുന്ന സമയത്തും നിരവധിപേർ ഗുരുതരാവസ്ഥയിൽ തുടരുകയാണ്. എവിടെയും ഒരിക്കലും സംഭവിക്കാൻ പാടില്ലാത്ത ക്രൂരതയാണ് നമ്മുടെ നാട്ടിൽ നടന്നത്. സംഭവത്തിനു പിന്നിലുള്ളവരെത്തേടി കേരള പോലീസ് ജാഗ്രതയോടെ മുന്നോട്ടുപോകുമ്പോഴാണ് ബോംബ് നിർമ്മിച്ച് സ്ഫോടനം നടത്തിയ വ്യക്തി പോലീസ് സ്റ്റേഷനിൽ ഹാജരായി കുറ്റം ഏറ്റുപറഞ്ഞത്. സോഷ്യൽമീഡിയ വഴി കുറ്റവാളി സ്ഫോടനം നടത്താനുള്ള കാരണങ്ങൾ വെളിപ്പെടുത്തുന്ന വീഡിയോ പുറത്തുവിടുകയും ചെയ്തു. കേരളം ഏതുമതത്തിലും ദൈവത്തിലും വിശ്വസിക്കാനും വിശ്വസിക്കാതിരിക്കാനുമുള്ള സ്വാതന്ത്ര്യമുള്ള നാടാണ്. എല്ലാവർക്കും എല്ലാ ആശയങ്ങളോടും യോജിക്കാൻ കഴിയണമെന്നില്ല. അപ്പോൾ അതിനെതിരെ പറയാനും അത് പ്രചരിപ്പിക്കാനുമുള്ള സ്വാതന്ത്ര്യവും ഇവിടെയുണ്ട്. എന്നാൽ, കളമശ്ശേരിയിൽ നടത്തിയത് നിഷ്ഠുരമായ ക്രൂരകൃത്യമാണ്. പോലീസിനുമുന്നിൽ കീഴടങ്ങിയ വ്യക്തിയെയും അതിനുപിന്നിൽ പ്രവർത്തിച്ച മറ്റാരെങ്കിലുമുണ്ടെങ്കിൽ അവരെയുമെല്ലാം നിയമത്തിനുമുന്നിൽ കൊണ്ടുവരണം. അതിനായുള്ള പരിശ്രമത്തിലാണ് അന്വേഷകസംഘമുള്ളത്.

കളമശ്ശേരി സംഭവത്തെത്തുടർന്ന് കേരളത്തിന്റെ മതനിരപേക്ഷതയെ തകർത്ത് വർഗ്ഗീയ ചേരിതിരിവുണ്ടാക്കാൻ ഹിന്ദുത്വ വർഗ്ഗീയ

ഭ്രാന്തൻമാർ ശ്രമിച്ചിരുന്നു. കേന്ദ്രമന്ത്രിമാരായ രാജീവ് ചന്ദ്രശേഖരനും വി മുരളീധരനും ബി ജെ പി പ്രസിഡന്റ് കെ സുരേന്ദ്രനുമടക്കം വർഗ്ഗീയതയിൽ നുരയ്ക്കുന്നവരെല്ലാം വർഗ്ഗീയവിഷം തുപ്പി, തുടർന്ന് സർവ്വകക്ഷി യോഗം ചേർന്നപ്പോൾ, കേരളത്തിന്റെ സമാധാനവും സൗഹാർദ്ദവും തകർക്കാൻ ആരെയും അനുവദിക്കില്ലെന്ന് മുഖ്യമന്ത്രി പിണറായി വിജയൻ പ്രഖ്യാപിച്ചു. അത് നമ്മുടെ നാടിനു നൽകിയ ആശ്വാസം ചില്ലറയല്ല. ഭരണ-പ്രതിപക്ഷ പാർട്ടികളുടെ നേതാക്കളെല്ലാം മതനിരപേക്ഷത കാത്തുസൂക്ഷിക്കുന്ന വിധത്തിലാണ് പ്രതികരിച്ചത്.

കേരളത്തിന് പരിചയമില്ലാത്ത ക്രൂരതയാണ് കളമശ്ശേരിയിൽ നടന്നത്. സംഘപരിവാറുകാർ ചില ക്രിസ്ത്യൻ സംഘടനകളുടെ യോഗത്തിനുനേരെ ആക്രമണം നടത്തിയ വാർത്തകൾ നേരത്തെ കണ്ടിട്ടുണ്ട്. സ്വതന്ത്രമായി പ്രാർത്ഥന നടത്തുന്നതിന് കേരളത്തിൽ ആർക്കും ഒരു തടസ്സവുമില്ല. വിവിധ മതവിഭാഗങ്ങളിൽപ്പെട്ടവർ വളരെ സൗഹാർദ്ദത്തോടെ ജീവിക്കുന്ന നാടാണ് ഇത്. ജനങ്ങളെ വർഗ്ഗീയമായി വേർതിരിച്ച് കലാപമുണ്ടാക്കാനുള്ള എല്ലാ ശ്രമങ്ങളെയും അതിജീവിച്ച് മുന്നോട്ടുപോകുന്ന സമൂഹമാണ് കേരളത്തിലേത്. പക്ഷേ, കളമശ്ശേരിയിൽ ഒരുവിഭാഗത്തിന്റെ പ്രാർത്ഥനാസമ്മേളനത്തിൽ സ്ഫോടനം നടത്തുകയായിരുന്നു.

സ്ഫോടനം നടന്നപ്പോൾ അതുസംബന്ധിച്ച വസ്തുതകൾ പുറത്തുവരുംമുമ്പ് ഒരു മതവിഭാഗത്തിനുമേൽ കുറ്റം ചുമത്തിക്കൊണ്ട് പ്രചാരവേല ആരംഭിക്കാൻ വർഗ്ഗീയ ഭ്രാന്തൻമാർ മുന്നോട്ടുവന്നു. മതപരമായി വിഭജിക്കാനായിരുന്നു അവരുടെ ശ്രമം. ആർ എസ് എസ് - ബി ജെ പി സംഘപരിവാർ കേന്ദ്രങ്ങളാണ് ദുഷ്പ്രചാരണവുമായി മുന്നിൽനിന്നത്. ഉത്തരേന്ത്യൻ മാതൃകയിൽ കേരളത്തിലെ സമാധാന അന്തരീക്ഷം ത കർക്കാനുള്ള ശ്രമമായിരുന്നു അത്. പക്ഷേ, കേരളത്തിന്റെ മതനിരപേക്ഷ അടിത്തറയിൽ അവരുടെ വർഗ്ഗീയധ്രുവീകരണ ശ്രമങ്ങൾക്ക് വേരോട്ടമുണ്ടായില്ല.

കേന്ദ്രമന്ത്രിമാരും ബി ജെ പി നേതാക്കളുമെല്ലാം പലസ്തീൻ - ഇസ്രയേൽ പ്രശ്നവുമായി കളമശ്ശേരി സംഭവത്തെ ബന്ധിപ്പിച്ചു. സമൂഹമാധ്യമങ്ങളിൽ ദുഷ്പ്രചാരണങ്ങൾ പൊടിപൊടിച്ചു. ഹമാസ് അനുകൂലികളാണ് ആക്രമണം നടത്തിയതെന്ന് ഏഷ്യാനെറ്റ് ന്യൂസിന്റെ മുതലാളിയും ബി ജെ പിയുടെ കേന്ദ്രമന്ത്രിയുമായ രാജീവ് ചന്ദ്രശേഖർ ട്വീറ്റ്ചെയ്തു. മതവിദ്വേഷം മാത്രം കൈമുതലായുള്ള വികലജന്മങ്ങൾ മാത്രമാണ് തങ്ങളെന്ന് അത്തരം പ്രവൃത്തികളിലൂടെ ബി ജെ പി നേതാക്കൾ തെളിയിച്ചു. ഏതുവിധേനയും നാടിന്റെ സമാധാനം തകർക്കാനുള്ള അവരുടെ പരിശ്രമങ്ങൾ ജനങ്ങൾ തിരിച്ചറിഞ്ഞു. ഉള്ളിൽ വിഷം നിറച്ചവർ അത്

ചീറ്റിക്കൊണ്ടിരിക്കുമെന്ന മുഖ്യമന്ത്രിയുടെ അഭിപ്രായത്തിന് മലയാളിക ളെല്ലാം കയ്യടിച്ചു.

കളമശ്ശേരി സ്ഫോടനത്തെ മതതീവ്രവാദമായി ചിത്രീകരിച്ച് ദേശീ യതലത്തിൽത്തന്നെ സംഘപരിവാർ കേന്ദ്രങ്ങൾ പ്രചരിപ്പിക്കുകയുണ്ടാ യി. സ്ഫോടനത്തിനുപിന്നിൽ മുസ്ലീംമതക്കാരനാണെന്ന തെറ്റിദ്ധാരണ പരത്താൻ ചില ദേശീയ മാധ്യമങ്ങളിലൂടെയും സമൂഹമാധ്യമങ്ങളിലൂടെ യും ശ്രമമുണ്ടായെന്നത് അത്യന്തം അപകടകരമാണ്. കേരളത്തിലെ ചില ഓൺലൈൻ മാധ്യമങ്ങളും ഈ വഴിക്ക് നീങ്ങി. എന്നാൽ, മുഖ്യധാ രാ മാധ്യമങ്ങൾ സംയമനംപാലിച്ച് സമാധാനം സംരക്ഷിക്കാനുള്ള നട പടികളുമായി സഹകരിച്ചുവെന്നത് പ്രത്യേകം എടുത്തുപറയേണ്ടതുണ്ട്.

സ്ഫോടനം നടന്നയുടൻ മന്ത്രിമാരും സർക്കാർ സംവിധാനങ്ങളും ഇരമ്പിയെത്തി. രക്ഷാപ്രവർത്തനങ്ങൾക്ക് നേതൃത്വം നൽകി. കേരള ത്തിന്റെ പ്രതിരോധശേഷി ലോകം തിരിച്ചറിഞ്ഞ നിമിഷങ്ങളായിരു ന്നു അത്. ഒരു കുറ്റകൃത്യം നടന്നാൽ അതിനുപിന്നിലുള്ളവരെ സമയം കളയാതെ കണ്ടെത്താനും സംഭവത്തിലെ ദുരൂഹതകൾ ഇല്ലാതാക്കാ നും കഴിവുള്ള ഭരണമികവാണ് നമുക്കുള്ളത്. ആക്രമണത്തിന് ഇരയാ യവരുടെ കൂടെ അവരുടെ കുടുംബാംഗങ്ങളെപ്പോലെയാണ് സർക്കാർ ചേർന്നുനിന്നത് ഭരണാധികാരികളുടെ മികവിന്റെ ദൃഷ്ടാന്തമായിരുന്ന ആ കരുതൽ. രാജ്യത്തെ മറ്റൊരു സംസ്ഥാനത്തിനും ഇത്തരത്തിൽ പ്ര ശ്നപരിഹാരത്തിനുള്ള ഇച്ഛാശക്തിയില്ല. അതിനാൽ ഇത്തരം കുറ്റകൃത്യ ങ്ങൾക്ക് കച്ചകെട്ടിയിറങ്ങുന്ന കറുപ്പിന്റെ മനസ്സുകൾക്ക് കേരളം അന്യ മായി തുടരും. ഈ കുറ്റകൃത്യം ആവർത്തിക്കാതിരിക്കാനുള്ള ജാഗ്രത യോടൊപ്പം ഈ സംഭവത്തിനുപിറകിൽ ഏതെങ്കിലും ബാഹ്യശക്തിക ളുണ്ടെങ്കിൽ, എല്ലാം പുറത്തുകൊണ്ടുവരാനുള്ള സർക്കാരിന്റെ ശ്രമങ്ങൾ ക്ക് നമുക്ക് പിന്തുണയേകാം.

സഹകരണമേഖലയെ സംരക്ഷിക്കും

കേരളത്തിന്റെ മുഖച്ഛായ മാറ്റുന്നതിൽ പ്രധാന പങ്കുവഹിച്ച സഹകരണമേഖലയെ തകർക്കാൻ കോൺഗ്രസും ബി ജെ പിയും അവരെ അന്ധമായി പിന്തുണയ്ക്കുന്ന കോർപ്പറേറ്റ് മാധ്യമങ്ങളും ഇറങ്ങിപ്പുറപ്പെട്ടിരിക്കുകയാണ്. തൃശ്ശൂർ ജില്ലയിലെ കരുവന്നൂർ ബാങ്കിൽ നടക്കാൻ പാടില്ലാത്ത ചില സാമ്പത്തിക ക്രമക്കേടുകൾ നടന്നത് കരുവാക്കിയാണ് ഈ ശ്രമം നടക്കുന്നത്. കേരളത്തിലെ ഇടതുപക്ഷ പ്രസ്ഥാനത്തെ തകർക്കണമെങ്കിൽ സഹകരണമേഖലയെ തകർക്കണമെന്ന ഇക്കൂട്ടരുടെ കണ്ടെത്തലിന്റെ ഭാഗം കൂടിയാണ് ഇത്. അതോടൊപ്പം കേരളത്തിന്റെ സമഗ്രവികസനത്തിനും ജനക്ഷേമ പ്രവർത്തനങ്ങൾക്കും തടയിടാനും സഹകരണമേഖലയുടെ തകർച്ച അനിവാര്യമാണെന്ന് അവർക്കറിയാം. ക്ഷേമ പെൻഷൻ വിതരണം ചെയ്യുന്നതിലടക്കം സഹകരണമേഖലയുടെ സജീവ സാന്നിദ്ധ്യമുണ്ട്. അതൊക്കെ ഇല്ലാതാക്കണമെന്ന ലക്ഷ്യമാണ് ഈ നീക്കത്തിന് പിന്നിലുള്ളത്.

കേരളത്തിലെ സഹകരണമേഖലയെ വളർത്താൻ ഇടതുപക്ഷ പ്രസ്ഥാനങ്ങൾ വഹിച്ച പങ്ക് എതിരാളികൾ പോലും സമ്മതിക്കുന്നതാണ്. കേരളത്തിലെ പ്രസിദ്ധമായ സഹകരണ പ്രസ്ഥാനങ്ങളുടെയെല്ലാം വളർച്ചയ്ക്കുപിന്നിൽ ഇടതുപക്ഷത്തിന്റെ നേതൃപാടവവും സംശുദ്ധതയുമുണ്ട്. ജനങ്ങൾക്കിടയിൽ ഇടതുപക്ഷത്തിന്റെ പ്രതിച്ഛായ ഉയർത്താൻ സഹകരണമേഖലയിലെ സത്യസന്ധമായ പ്രവർത്തനം സഹായിച്ചു. കേരള വികസനം യാഥാർത്ഥ്യമാക്കുന്നതിലും പട്ടിണി, ദാരിദ്ര്യം എന്നിവ

തുടച്ചുനീക്കുന്നതിലും സഹകരണമേഖല വഹിച്ച പങ്ക് ചെറുതല്ല. ആരോഗ്യം, വിദ്യഭ്യാസം, ബാങ്കിങ്, കാർഷിക-വ്യാവസായിക രംഗങ്ങൾ തുടങ്ങി സമസ്ത മേഖലകളിലും സഹകരണമേഖല മുദ്രപതിപ്പിച്ചിട്ടുണ്ട്.

മുതലാളിത്തത്തിന്റെ കൊള്ളലാഭത്തിൽ ഊന്നുന്ന നവ ഉദാരവാദ നയത്തെ പിന്തുണയ്ക്കുന്നവരാണ് കോൺഗസും ബി ജെ പിയും അവരുടെ സഖ്യകക്ഷികളെപ്പോലെ നിൽക്കുന്ന കുത്തക മാധ്യമങ്ങളും. അവർ ഒറ്റക്കെട്ടായി നിന്നാണ് ബി ജെ പി നേതൃത്വം നിയന്ത്രിക്കുന്ന കേന്ദ്ര ഏജൻസികളായ ഇ ഡിയെയും സി ബി ഐ യെയും മറ്റും രംഗത്തിറക്കിയിരിക്കുന്നത്.

രാജ്യത്ത് പ്രതിപക്ഷ പാർട്ടികൾ ബി ജെ പിക്കൊപ്പം ഇ ഡിയെയും സി ബി ഐ യെയും പോലുള്ള കേന്ദ്ര ഏജൻസികളെക്കൂടി നേരിടേണ്ട അവസ്ഥയിലാണെന്ന്, ജയ്പൂരിലെ കോൺഗ്രസ് റാലിയിൽ പ്രസംഗിച്ചത് എ ഐ സി സി അദ്ധ്യക്ഷൻ മല്ലികാർജ്ജുൻ ഖാർഗെയാണ്. ഞങ്ങളുടെ പോരാട്ടം ബി ജെ പിക്കെതിരെ മാത്രമല്ല, ഇ ഡിയെയും സി ബി ഐയെയും ആദായ നികുതി വിഭാഗത്തെയുംകൂടി അതിജീവിക്കേണ്ടതുണ്ടെന്ന് ഖാർഗെ പറഞ്ഞു (വീക്ഷണം - സെപ്തംബർ 24, 2023). എന്നാൽ, കേരളത്തിലെ കോൺഗ്രസ് നേതാക്കൾ ഇ ഡിയുടെയും സി ബി ഐ യുടെയും ആരാധകരാണ്. ഇക്കാര്യത്തിൽ കെ സുധാകരനും വി ഡി സതീശനും അനിൽ അക്കരയും ബി ജെ പിയുടെ ഒക്കച്ചങ്ങാതിമാരാണ്. ഇടതുപക്ഷത്തെ ഇല്ലാതാക്കാനുള്ള നെറികെട്ട ശ്രമങ്ങളിൽ ഇവരെല്ലാം ഒരുമിച്ചുനിൽക്കുന്നു.

കേരളത്തിലെ സഹകരണ പ്രസ്ഥാനത്തെ തകർക്കുന്നതിന് ബി ജെ പിക്ക് മറ്റൊരു ലക്ഷ്യവുമുണ്ട്. ഈ മേഖലയെയും കോർപ്പറേറ്റ് ചൂഷണത്തിന് വിട്ടുനൽകുക എന്നതാണത്. ഗുജറാത്തിൽ ബി ജെ പി അധികാരമേറിയതോടെയാണ് ഗാന്ധിജിയുടെ കാലംമുതൽ ജനങ്ങളുമായി അടുത്തു പ്രവർത്തിച്ച സഹകരണമേഖല വൻകിടക്കാരുടെ കൈകളിലേക്ക് മാറിയത്. റിയൽ എസ്റ്റേറ്റ് മേഖലയിലും ഓഹരി വിപണിയിലും പ്രവർത്തിക്കുന്നവർക്ക് ക്രമവിരുദ്ധമായി വൻ വായ്പകൾ നൽകിയാണ് ഗുജറാത്തിലെ സഹകരണമേഖല തകർന്നത്. ഇത് ജില്ലാ സഹകരണ ബാങ്കുകൾ ഉൾപ്പെടെ അടച്ചുപൂട്ടുന്നതിലേക്ക് നയിച്ചു. 10,000 കോടിയുടെ വായ്പാതട്ടിപ്പാണ് നടന്നത്. 40 ബാങ്ക് പാപ്പരായി. ഒരു ഇ ഡിയെയും അവിടെ കണ്ടില്ല.

ഇപ്പോൾ അമിത്ഷായുടെ നേതൃത്വത്തിലുള്ള കേന്ദ്ര സഹകരണ വകുപ്പ് വ്യാപകമായി ബഹുസംസ്ഥാന സഹകരണ ബാങ്കുകൾ തുടങ്ങുകയാണ്. സാധാരണജനങ്ങളെ സഹായിക്കുന്നതിനേക്കാൾ കോർപ്പറേറ്റ്

സേവയാണ് ലക്ഷ്യം. വിജയ് മല്യമാരെയും മെഹുൽ ചോക്സിമാരെയും നീരവ് മോദിമാരെയും സൃഷ്ടിക്കാനാണ് ഇത്. ഇതിന് കേരളത്തിൽ ആഴത്തിൽ വേരുന്നിയിട്ടുള്ള സഹകരണമേഖലയെ തകർക്കണം. കരുവന്നൂർ സഹകരണ ബാങ്കിൽ നടന്ന തട്ടിപ്പിനെ ആരും ന്യായീകരിക്കുന്നില്ല. കേരളത്തിലെ മഹത്തായ സഹകരണ പ്രസ്ഥാനത്തിൽ വിരലിലെണ്ണാവുന്ന (1.5 ശതമാനത്തിൽ താഴെ) സ്ഥാപനങ്ങളിൽ മാത്രമാണ് ഇത്തരം സംഭവങ്ങൾ ഉണ്ടായിട്ടുള്ളത്. കരുവന്നൂരിൽ തട്ടിപ്പ് ശ്രദ്ധയിൽപ്പെട്ടപ്പോൾത്തന്നെ ശക്തമായ നടപടികൾ സ്വീകരിച്ചു. തട്ടിപ്പുകാരെ സംരക്ഷിക്കാനല്ല ഇടതുപക്ഷപ്രസ്ഥാനം തയ്യാറായത്. സംസ്ഥാന സർക്കാരും അന്വേഷണം നടത്തുകയും കുറ്റക്കാരായ ഉദ്യോഗസ്ഥർക്കെതിരെ നടപടി സ്വീകരിക്കുകയും ചെയ്തു.

നിക്ഷേപകരുടെ ഒരു ചില്ലിക്കാശുപോലും നഷ്ടപ്പെടാതിരിക്കാനുള്ള നടപടികളാണ് ഇടതുപക്ഷവും സർക്കാരും സ്വീകരിച്ചത്. ക്രമക്കേട് നടന്നാൽ കുറ്റക്കാരെ കണ്ടെത്തി, അവർക്കെതിരെ നടപടി സ്വീകരിച്ച് സഹകരണ സ്ഥാപനത്തെ സംരക്ഷിച്ച് മുന്നോട്ടുപോവുകയാണ് വേണ്ടത്. അത്തരത്തിലുള്ള നിരവധി ഉദാഹരണങ്ങളുണ്ട്. എന്നാൽ, ക്രമക്കേട് മറയാക്കി ആ സ്ഥാപനത്തെയും സഹകരണമേഖലയെയും ആകെ തകർക്കാനാണ് കോൺഗ്രസും ബി ജെ പിയും അന്വേഷണ ഏജൻസികളും മാധ്യമങ്ങളുടെ സഹായത്തോടെ ശ്രമിക്കുന്നത്. ഇത് അംഗീകരിക്കാനാകില്ല. ജനങ്ങളെ അണിനിരത്തിക്കൊണ്ട് ഈ ശ്രമങ്ങളെ എതിർത്ത് തോൽപ്പിക്കുക തന്നെ ചെയ്യും.

യു ഡി എഫിന്റെ കേരളവിരുദ്ധത കൂടുതൽ തെളിയുന്നു

കേരളത്തോട് വൈരനിര്യാതനബുദ്ധിയോടെ പെരുമാറുന്ന കേന്ദ്രസർക്കാർ സമീപനത്തോട് കേരളത്തിലെ എം പിമാർ സ്വീകരിക്കുന്ന സമീപനമെന്താണ്? എ ഐ സി സിയുടെ മുൻ അദ്ധ്യക്ഷനായിരുന്ന രാഹുൽഗാന്ധിയടക്കം 19 എംപിമാരാണ് കേരളത്തിൽനിന്ന് യു ഡി എഫിനെ പ്രതിനിധീകരിച്ച് ഇന്ത്യൻ പാർലമെന്റിൽ ഉള്ളത്. തങ്ങളെ തെരഞ്ഞെടുത്തയച്ച ജനങ്ങൾക്കുവേണ്ടി, കേരളത്തിനുവേണ്ടി ഈ എം പിമാർ എന്താണ് ചെയ്തതെന്ന ചോദ്യം പ്രസക്തമാണ്. കേന്ദ്രസർക്കാർ കേരളത്തോട് കാണിക്കുന്ന ശത്രുതാമനോഭാവത്തിന് കൂട്ടുനിൽക്കുന്ന വലതുപക്ഷ എം പിമാരോടുള്ള പ്രതിഷേധം ജനങ്ങളുടെയുള്ളിൽ ഉമിത്തീപോലെ നീറുന്നുണ്ട്.

കേന്ദ്രവിഹിതങ്ങളും വായ്പാപരിധിയും വെട്ടിക്കുറച്ച് കേരളജനതയെ വെല്ലുവിളിക്കുന്നത് യു ഡി എഫ് എം പിമാരെ അസ്വസ്ഥരാക്കുന്നില്ല. ധനപരമായ കാര്യങ്ങളിൽ കേന്ദ്രം സ്വീകരിക്കുന്ന ഉദാരമല്ലാത്ത സമീപനത്തെ ചോദ്യംചെയ്യാൻ ഇവരുടെ നാവുപൊങ്ങാറില്ല. സാമ്പത്തികാ അടിയന്തരാവസ്ഥ മറികടക്കാൻ കേരളത്തിന് അർഹമായ പണം തരണമെന്ന് കേന്ദ്രസർക്കാരിനോട് ആവശ്യപ്പെടുന്നതിൽനിന്ന് രാഹുൽഗാന്ധി ഉൾപ്പെടെയുള്ള യു ഡി എഫ് എം പിമാർ വിട്ടുനിന്നത് ബി ജെ പി നിലപാടിനെയാണ് ഇവർ അംഗീകരിക്കുന്നത് എന്നതിന്റെ തെളിവാണ്.

കേരളത്തിനുവേണ്ടി എൽ ഡി എഫ് എം പിമാർ കേന്ദ്ര ധനമന്ത്രിയെ കണ്ട് നിവേദനം നൽകിയപ്പോൾ, യു ഡി എഫ് എം പിമാർ ആ

ഭാഗത്തേക്ക് പോയതേയില്ല. കേരളത്തോടുള്ള കേന്ദ്ര അവഗണനയിൽ യു ഡി എഫ് എം പിമാർ ഉള്ളാലെ സന്തോഷിക്കുകയാണ്.

സംസ്ഥാന സർക്കാർ, കേരളത്തിലെ എം പിമാരുടെ യോഗം വിളിച്ചുചേർത്ത് കേരളം നേരിടുന്ന വൈഷമ്യങ്ങളെ സംബന്ധിച്ച് കേന്ദ്ര ധനമന്ത്രിക്ക് നിവേദനം നൽകണമെന്ന് തീരുമാനിച്ചിരുന്നു. കൂട്ടായെടുത്ത ആ തീരുമാനം ജനങ്ങളെ മറന്നുകൊണ്ട് അട്ടിമറിച്ചവരാണ് യു ഡി എഫ് ജനപ്രതിനിധികൾ. കേരളത്തിലെ ജനങ്ങളെ മറക്കുകയും സങ്കുചിത രാഷ്ട്രീയ താൽപ്പര്യങ്ങൾ മുന്നിൽവെച്ച് കേന്ദ്രസർക്കാരിന്റെ ദ്രോഹമനോഭാവത്തിന് കൂട്ടുനിൽക്കുകയും ചെയ്തതിലൂടെ യു ഡി എഫും ബി ജെ പിയും തമ്മിലുള്ള അന്തർധാരയാണ് പുറത്തുവരുന്നത്.

യു ഡി എഫ് പ്രതിനിധികളായി ലോക്സഭയിലുള്ള രാഹുൽഗാന്ധിയും മറ്റ് 18 എം പിമാരും രാജ്യസഭയിലുള്ള രണ്ട് എം പിമാരും കേരളത്തിനുവേണ്ടി ഒരിക്കലും ശബ്ദിക്കാത്ത കൂട്ടരാണ്. കേന്ദ്രത്തിലെ ബി ജെ പി ഭരണം കേരളത്തെ വേട്ടയാടുമ്പോൾ അതിന് കൂട്ടുനിൽക്കുന്ന ഇവരുടെ മനോഭാവം കേരളത്തിന് മറക്കുവാൻ സാധിക്കില്ല.

കേരളത്തിൽനിന്നുള്ള സംഘം കേന്ദ്ര ധനകാര്യമന്ത്രിയെ കണ്ട് സംസ്ഥാനത്തിന്റെ മൊത്തം റവന്യൂ വരുമാനത്തിൽ കേന്ദ്രവിഹിതം തുടർച്ചയായി കുറയുന്നത് സംബന്ധിച്ച നിവേദനമാണ് നൽകിയത്. മറ്റു സംസ്ഥാനങ്ങളെ അപേക്ഷിച്ച് കേരളത്തിനു ലഭിക്കുന്ന കേന്ദ്രവിഹിതം നന്നേ കുറവാണ്. സംസ്ഥാനത്തിന്റെ വായ്പാവകാശവും വെട്ടിച്ചുരുക്കുന്നു. ഇത് കേരളത്തിന്റെ പൊതുപ്രശ്നമാണ്. രാഷ്ട്രീയം കലർത്തി നോക്കിക്കാണേണ്ട വിഷയമല്ല. കേന്ദ്രത്തിന്റെ ഇത്തരം സമീപനങ്ങൾ എല്ലാ മലയാളികളെയും ബാധിക്കുന്നതാണ്. സംസ്ഥാനത്തെ 20 ലോക്സഭാമണ്ഡലത്തിലെയും ജനങ്ങൾ ഇതുകൊണ്ടുള്ള ബുദ്ധിമുട്ട് അനുഭവിക്കുന്നവരാണ്. എന്നാൽ, യു ഡി എഫ് എം പിമാരെ സംബന്ധിച്ച് ജനങ്ങൾ ബുദ്ധിമുട്ടിലാകുമ്പോൾ സംസ്ഥാനം ഭരിക്കുന്ന പിണറായി വിജയൻ സർക്കാരിനെ ജനങ്ങൾ വെറുക്കുമെന്ന വ്യാമോഹമാണുള്ളത്. എത്രമാത്രം വികലമായ ഒരു മനോഭാവമാണ്. ജനങ്ങളെ കണ്ണീർപ്പുഴയിൽ തള്ളിയിട്ടാണോ രാഷ്ട്രീയനേട്ടം തേടിപ്പോകേണ്ടത്. അത് പുരോഗമനസമൂഹത്തിന് ചേർന്ന ചിന്തയാണോ...?

യു ഡി എഫിന്റെ ഈ കേരളവിരുദ്ധ മനോഭാവം വരുന്ന ലോക്സഭാ തെരഞ്ഞെടുപ്പിൽ പ്രതിഫലിക്കുമെന്നത് ഉറപ്പാണ്. ബി ജെ പിക്ക് എതിരായി, കേന്ദ്രത്തിലെ മോദി സർക്കാരിനെതിരായി നിൽക്കുകയാണെന്ന് പുറംപൂച്ച് പറയുകയും ബി ജെ പിയോടും കേന്ദ്രസർക്കാരിനോടും ചേർന്നുനിന്ന് കേരളത്തെ വേട്ടയാടുകയുംചെയ്യുന്ന രാഷ്ട്രീയം കേരളജനത തിരിച്ചറിയുന്നുണ്ട് എന്നത് യു ഡി എഫ് നേതൃത്വം മനസ്സിലാക്കണം.

ഇന്ത്യയെന്ന പ്രതീക്ഷ

രാജ്യത്തെ പ്രതിപക്ഷ പാർട്ടികളുടെ കൂട്ടായ്മയായ 'ഇന്ത്യ'യിൽ 26 പ്രതിപക്ഷ പാർട്ടികളാണുള്ളത്. (ഇന്ത്യൻ നാഷണൽ ഡെവലപ്മെന്റൽ ഇൻക്ലൂസീവ് അലയൻസ് എന്നതിന്റെ ചുരുക്കപ്പേരാണ് ഇന്ത്യ). ആർ എസ് എസ് - ബി ജെ പി, സംഘപരിവാരവും പ്രധാനമന്ത്രി നരേന്ദ്രമോദിയും ഈ കൂട്ടായ്മയെ വലിയ ഭീതിയോടെയാണ് നോക്കിക്കാണുന്നത്. എതിരാളികളെ ഭിന്നിപ്പിച്ച് അധികാരം നിലനിർത്തുകയെന്ന സംഘപരിവാർ അജണ്ട ഇനിയും വിലപ്പോകില്ലെന്ന സന്ദേശമാണ് 'ഇന്ത്യ' ഉയർത്തുന്നത്.

'ഇന്ത്യ'യെന്ന ആശയത്തെ, അതിന്റെ ബഹുസ്വരതയെ, വൈവിദ്ധ്യങ്ങളെ തിരിച്ചുപിടിക്കാനുള്ള തീവ്രശ്രമത്തിലാണ് ഇന്ത്യയിലെ പ്രതിപക്ഷം ഏർപ്പെട്ടിരിക്കുന്നത്. വെറുപ്പും വിദ്വേഷവും ഹിംസയും കൊടിയടയാളമാക്കിയ മോദിയുടെ ഇന്ത്യക്ക് പകരം സ്നേഹവും സാഹോദര്യവും ഐക്യവും പ്രതീകമായ രാഷ്ട്രമാണ് 'ഇന്ത്യ' മുന്നോട്ടുവയ്ക്കുന്നത്.

ബംഗളൂരുവിൽ ചേർന്ന പ്രതിപക്ഷ പാർട്ടികളുടെ യോഗത്തിൽ വച്ചാണ് പ്രതിപക്ഷ സഖ്യത്തിന് 'ഇന്ത്യ' എന്ന പേര് നൽകുന്നത്. അതോടൊപ്പം സംയുക്ത പ്രസ്താവനയും പുറത്തിറക്കി. ആദ്യയോഗത്തിൽ 16 കക്ഷികളാണ് പങ്കെടുത്തതെങ്കിൽ ബംഗളൂരു യോഗത്തിൽ 26 കക്ഷികൾ പങ്കെടുത്തു. അടുത്തമാസം മുംബൈയിൽ ചേരുന്ന യോഗത്തിലേക്ക് കൂടുതൽ കക്ഷികളെ പ്രതീക്ഷിക്കുന്നുവെന്ന് മാത്രമല്ല, പുതിയ സം

ഘടനാസംവിധാനവും ഈ കൂട്ടായ്മയ്ക്ക് കൈവരും.

വലിയ പ്രതീക്ഷയാണ് 'ഇന്ത്യ' എന്ന കൂട്ടായ്മ രാജ്യത്തെ ജനങ്ങൾക്ക് നൽകിയിട്ടുള്ളത്. ബംഗളൂരു യോഗത്തിനുശേഷം വിവിധ മാധ്യമങ്ങളിൽ വന്ന വിശകലനങ്ങൾ ശ്രദ്ധിച്ചാൽ ഇത് മനസ്സിലാകും. ഇന്ത്യൻ രാഷ്ട്രീയ അന്തരീക്ഷത്തിൽ വീശുന്ന പുതിയ കാറ്റാണ് 'ഇന്ത്യ' യെന്നാണ് പ്രശസ്തരായ സാമൂഹ്യനിരീക്ഷകരും സാഹിത്യ, സാംസ്കാരിക നായകരും മാധ്യമ പ്രവർത്തകരും ബുദ്ധിജീവികളുമൊക്കെ വിശേഷിപ്പിക്കുന്നത്. അപ്പോഴാണ് മോദിയും കൂട്ടരും അസ്വസ്ഥരാകുന്നത്. ഇന്ത്യയെ അപകീർത്തിപ്പെടുത്തുന്ന വിധത്തിലുള്ള മോദിയുടെ പ്രതികരണം അപ്പോഴാണ് പുറത്തുവരുന്നത്. ബ്രിട്ടീഷ് ഈസ്റ്റ് ഇന്ത്യ കമ്പനിയിലും ഇന്ത്യൻ മുജാഹിദീനിലും പോപ്പുലർ ഫ്രണ്ട് ഓഫ് ഇന്ത്യയിലുമടക്കം ഇന്ത്യ എന്ന പേരുണ്ട് എന്നാണ് പ്രധാനമന്ത്രി പറഞ്ഞത്. അതായത് പ്രതിപക്ഷത്തെ ഭീകരവാദികളും തീവ്രവാദികളുമായാണ് പ്രധാനമന്ത്രി ഉപമിക്കുന്നത്. ഇന്ത്യ എന്നാൽ ഭീകരവാദം എന്ന ആഖ്യാനമാണ് ഇവിടെ നിർമിക്കപ്പെടുന്നത്. ഇത് നമ്മുടെ രാഷ്ട്രത്തെയും അതിലെ 139 കോടി ജനങ്ങളെയും അപമാനിക്കുന്നതിന്, അവഹേളിക്കുന്നതിന് തുല്യമാണ്. മതനിരപേക്ഷ ജനാധിപത്യ ഇന്ത്യയെ തിരിച്ചുപിടിക്കാനും ഭരണഘടനയെ സംരക്ഷിക്കാനും ലക്ഷ്യമിട്ടുള്ളതാണ് ഇന്ത്യ എന്ന പ്രതിപക്ഷ സഖ്യം. അത് ജനങ്ങളുടെ മനസ്സിൽ ഇടംപിടിക്കുകയാണെന്ന് മോദിയുടെയും ബി ജെ പിയുടെയും വിറളിപിടിച്ച നീക്കങ്ങളിൽനിന്ന് വ്യക്തമാകുന്നു.

മോദിയും കൂട്ടരും 'ഇന്ത്യ'യെ കണ്ടു വിരണ്ടതിനാലാണ് ബംഗളൂരുവിൽ 'ഇന്ത്യ'യുടെ സുപ്രധാന യോഗംനടന്ന ജൂലൈ 18 ന് തന്നെ ന്യൂഡൽഹിയിൽ ബി ജെ പി നേതൃത്വം നൽകുന്ന നാഷണൽ ഡെമോക്രാറ്റിക് അലയൻസിന്റെ (എൻ ഡി എ) യോഗം വിളിച്ചുചേർത്തത്. 2019 ൽ തനിച്ച് ഭൂരിപക്ഷം നേടി അധികാരത്തിൽ വന്നശേഷം ആദ്യമായാണ് എൻ ഡി എയുടെ യോഗം വിളിച്ചുചേർത്തത്. അതിൽ 38 കക്ഷികൾ പങ്കെടുത്തുവെങ്കിലും മൂന്നിലൊന്ന് കക്ഷികൾക്ക് മാത്രമാണ് പാർലമെന്റിലും നിയമസഭയിലും പ്രാതിനിദ്ധ്യമുള്ളത്. അക്കങ്ങളുടെ കളിയിൽ ഞങ്ങളാണ് മുന്നിലെന്ന് മേനിനടിക്കാനുള്ള വെപ്രാളമാണ് ആ നീക്കത്തിൽ നിഴലിച്ചുകണ്ടത്.

മോദിക്കാലത്ത് അഗണ്യകോടിയിൽ തള്ളപ്പെട്ട സഖ്യം ജീവിച്ചിരിപ്പുണ്ടെന്ന് മാലോകരെ ബോധ്യപ്പെടുത്താനായിരുന്നു ധൃതിപിടിച്ച് എൻ ഡി എ യോഗം വിളിച്ചുചേർത്തത്. കഴിഞ്ഞദിവസം മോദി നടത്തിയ പ്രസ്താവന ബി ജെ പിയും സംഘപരിവാറും ചെന്നുപെട്ട

പ്രതിസന്ധിയുടെ ആഴമാണ് ബോദ്ധ്യപ്പെടുത്തുന്നത്. 'ഇന്ത്യ'ക്കെതിരെ മോദിയുടെ ഉറഞ്ഞുതുള്ളലിനെ ന്യായീകരിച്ച് കടന്നൽക്കൂട് ഇളകിയതു പോലെ ബി ജെ പി മുഖ്യമന്ത്രിമാരും മന്ത്രിമാരും നേതാക്കളും ഗോദി മീഡിയയും രംഗത്തുവന്നതിൽനിന്ന് ഇത് വായിച്ചെടുക്കാം. അടുത്ത ലോക്സഭാ തെരഞ്ഞെടുപ്പ് മോദിക്ക് വാട്ടർലൂ ആയിരിക്കുമെന്ന് നമുക്കുറപ്പിക്കാം.

കേന്ദ്രത്തിന്റെ കേരളത്തോടുള്ള ശത്രുതയ്ക്കെതിരെ പ്രതിഷേധമുയരണം

കേരളത്തിന് അർഹമായ കടമെടുപ്പ് പരിധി കേന്ദ്രസർക്കാർ വെട്ടിക്കുറച്ചിരിക്കുന്നു. സാമ്പത്തികമായി കേരളീയരെ ഞെക്കിക്കൊല്ലാനുള്ള ശ്രമത്തിന്റെ ഭാഗമായാണ് ബി ജെ പി സർക്കാർ ഈ തീരുമാനം കൈക്കൊണ്ടിരിക്കുന്നത്. കേരളത്തിനുള്ള ഗ്രാന്റുകളും വായ്പകളും നിഷേധിക്കുകയും വെട്ടിക്കുറയ്ക്കുകയും ചെയ്ത് നിരന്തരമായി സംസ്ഥാനത്തെ ദ്രോഹിക്കുന്ന സമീപനമാണ് മോദി സർക്കാരിനുള്ളത്.

കേരളത്തിൽ നടപ്പിലാകാൻ സാദ്ധ്യതയുള്ള എല്ലാ വികസന പ്രവൃത്തികൾക്കും കേന്ദ്രം തുരങ്കംവയ്ക്കുകയാണ്. ഇതിനുപുറമെയാണ് നിർബ്ബന്ധമായും നൽകേണ്ട സാമ്പത്തിക അനുമതികളിൽ കൈകടത്തുന്നത്. നടപ്പുവർഷം 32,442 കോടി രൂപയുടെ വായ്പ എടുക്കാനുള്ള അനുമതി സാമ്പത്തിക വർഷാരംഭത്തിൽ കേന്ദ്രം നൽകിയിരുന്നതാണ്. എന്നാൽ, 15,390 കോടി രൂപയുടെ അനുമതി മാത്രമാണ് ഇപ്പോൾ ലഭിച്ചിരിക്കുന്നത്. കഴിഞ്ഞവർഷത്തെ അപേക്ഷിച്ച് ഗ്രാന്റിനത്തിൽ 10,000 കോടിയുടെ വെട്ടിക്കുറവ് ഈ വർഷം വരുത്തിയതിന് പുറമെയാണിത്. ഇത് കേരളത്തിലെ ജനങ്ങൾക്കെതിരായുള്ള വെല്ലുവിളിയല്ലാതെ മറ്റെന്താണ്?

ധന ഉത്തരവാദിത്വ നിയമപ്രകാരവും കേന്ദ്ര ധനക്കമ്മീഷന്റെ നിർദ്ദേശപ്രകാരം പരിശോധിച്ചാലും കേന്ദ്രസർക്കാർ നടപടി ശരിയല്ലെന്ന് കാണാം. രാജ്യത്തെ സാമ്പത്തിക മാനേജ്മെന്റ് കൂടുതൽ സുതാര്യമാക്കുന്നതിനാണ് ഈ ആക്ട്. അതുപോലും കേന്ദ്രം അംഗീകരിക്കുന്നില്ല.

കടമെടുപ്പ് പരിധി വെട്ടിക്കുറവ് വരുത്തിയതിനുള്ള കാരണമെന്തെന്ന് ചോദിക്കുമ്പോൾ നൽകുന്ന മറുപടി വസ്തുതകൾക്ക് നിരക്കുന്നതല്ല. സംസ്ഥാനങ്ങൾക്ക് മതിയായ തോതിൽ വരുമാനം ഉറപ്പാക്കുന്നുണ്ടെന്നാണ് കേന്ദ്രസർക്കാരിന്റെ അവകാശവാദം. ജി എസ് ടി വരുമാനത്തിന്റെ പങ്കിടലടക്കമുള്ള കാര്യങ്ങളിൽ സംസ്ഥാനങ്ങൾക്ക് അനുകൂലമായ തീരുമാനമുണ്ടാകണമെന്നുകാട്ടി ധനമന്ത്രി കെ എൻ ബാലഗോപാൽ അയച്ച കത്തിന്റെ മറുപടിയിലാണ് തെറ്റിദ്ധരിപ്പിക്കുന്ന അവകാശവാദങ്ങൾ നിരത്തുന്നത്. ജി എസ് ടിയിൽ സുസ്ഥിര വളർച്ചാ നിരക്കുണ്ടെന്നും കഴിഞ്ഞ സാമ്പത്തികവർഷം മൊത്തം ജി എസ് ടിയിൽ 21 ശതമാനം വളർച്ച രേഖപ്പെടുത്തിയെന്നുമാണ് കേന്ദ്ര അവകാശവാദം. ജി എസ് ടി പങ്കുവയ്ക്കൽ അനുപാതം നിലവിലെ 50:50 എന്നത് സംസ്ഥാനങ്ങൾക്ക് 60, കേന്ദ്രത്തിന് 40 എന്നതിലേക്ക് മാറണമെന്ന കേരളത്തിന്റെ ആവശ്യം കേന്ദ്രം നിരസിച്ചു. പച്ചക്കള്ളങ്ങൾ പറഞ്ഞുകൊണ്ട് കേരളത്തെ ബുദ്ധിമുട്ടിപ്പിക്കാനുള്ള ശ്രമത്തിലാണ് കേന്ദ്രമുള്ളത്.

നിലവിലുള്ള നിയമപ്രകാരം സംസ്ഥാന വരുമാനത്തിന്റെ മൂന്നു ശതമാനം പൊതുകടമെടുക്കാൻ സംസ്ഥാനത്തിന് അവകാശമുണ്ട്. ഈ വർഷം വൈദ്യുതി പരിഷ്കാരങ്ങളുടെ പേരിൽ 0.5 ശതമാനം അധിക വായ്പയെടുക്കാം. അപ്പോൾ 3.5 ശതമാനം ആവാം. എന്നാൽ, രണ്ടു ശതമാനം വായ്പയേ അനുവദിക്കൂവെന്നാണ് കേന്ദ്രം പറയുന്നത്. സംസ്ഥാനത്തിന്റെ പ്രതീക്ഷിത ജി ഡി പി 11 ലക്ഷം കോടി രൂപയാണ്. അതിന്റെ 3.5 ശതമാനം 38,000 കോടി രൂപവരും. ഈ വർഷം 33,420 കോടി രൂപ വായ്പയെടുക്കാൻ അർഹതയുള്ള കേരളത്തിന് 15,390 കോടി രൂപയാണ് അനുവദിച്ചത്. കേരളത്തെ ഇല്ലാതാക്കാനുള്ള ഈ തീരുമാനത്തിനെതിരെ ഇവിടത്തെ പ്രമുഖ മാധ്യമങ്ങളൊന്നും ഒരക്ഷരം മിണ്ടുന്നില്ല.

കഴിഞ്ഞവർഷവും ഇത്തരത്തിൽ വെട്ടിക്കുറവുവരുത്തി. അർഹതയുള്ള 3.5 ശതമാനത്തിനു പകരം 2.2 ശതമാനമേ വായ്പയെടുക്കാൻ അനുവദിച്ചുള്ളൂ. ഈ വർഷം അത് രണ്ടു ശതമാനമായി കുറച്ചിരിക്കുകയാണ്. ഇത്ര വലിയ അനീതി നടന്നിട്ടും എന്തുകൊണ്ടാണ് കേരളത്തിൽ വലിയൊരു പ്രതിഷേധം ഉയരാത്തത്? യു ഡി എഫും ബി ജെ പിയും മാധ്യമങ്ങളും ചേർന്ന് കേരളം കടക്കെണിയിലാണെന്നൊരു പൊതുബോദ്ധ്യം കേരളത്തിൽ സൃഷ്ടിച്ചിരിക്കുകയാണ്. 39 ശതമാനം കടബാധ്യതയുള്ള കേരളം കടക്കെണിയിലാണെങ്കിൽ 60 ശതമാനം കടബാദ്ധ്യതയുള്ള കേന്ദ്രസർക്കാരല്ലേ കൂടുതൽ കടക്കെണിയിൽ? കേരളത്തിന്റെ വികസന താൽപ്പര്യങ്ങൾക്കെതിരെ ബി ജെ പിക്ക് കുഴലൂത്ത് നടത്തുന്നവരായി യു ഡി എഫും മാധ്യമങ്ങളും അധഃപതിച്ചിരിക്കുന്നു.

രാജ്യത്തെ ഭരണഘടനയെയോ ജനാധിപത്യമൂല്യങ്ങളെയോ ഫെഡറൽ തത്വങ്ങളെയോ മാനിക്കാൻ ബി ജെ പി ഭരിക്കുന്ന കേന്ദ്രസർക്കാർ തയ്യാറാവുന്നില്ല. കഴിഞ്ഞ സാമ്പത്തികവർഷം കടുത്ത സാമ്പത്തിക ബുദ്ധിമുട്ടിലും സംസ്ഥാനം ജനങ്ങളെ ഒരുവിധത്തിലും ബുദ്ധിമുട്ടിക്കാതെ കഴിയാവുന്നത് ക്ഷേമ-വികസന പദ്ധതികൾ നടപ്പാക്കുകയാണ് ചെയ്തത്. അതൊന്നും ദഹിക്കാത്തതുകൊണ്ടാണ് കൂടുതൽ ഞെരുക്കുന്ന സമീപനം കേന്ദ്രം സ്വീകരിക്കുന്നത്. ഈ നീക്കങ്ങൾക്ക് ബി ജെ പിയുടെ മാത്രമല്ല, കോൺഗ്രസിന്റെയും പിന്തുണയുണ്ട്. കേന്ദ്രത്തിന്റെ കേരളവിരുദ്ധ നീക്കങ്ങൾക്കെതിരെ ഒരക്ഷരം ഉരിയാടാൻ കോൺഗ്രസോ, യു ഡി എഫോ തയ്യാറായിട്ടില്ല. മാധ്യമങ്ങൾ അവരുടെ കൂട്ടകക്ഷികളെപ്പോലെ കേന്ദ്ര നടപടികളെ കാണാതിരിക്കുന്നു. കേരളം തുലയട്ടെ എന്ന മനോഭാവമാണ് ഇക്കൂട്ടർക്കെല്ലാമുള്ളത്.

സംസ്ഥാനത്തിന്റെ വികസന, ക്ഷേമ പ്രവർത്തനങ്ങൾ തടസ്സപ്പെടുത്തുക എന്ന രാഷ്ട്രീയലക്ഷ്യമാണ് കേന്ദ്രസർക്കാരിനുള്ളത്. ഇത് സംസ്ഥാനത്തെ വലിയ പ്രതിസന്ധിയിലേക്ക് വലിച്ചിഴയ്ക്കും. ജനങ്ങളാകെ ഒരുമിച്ചും രാഷ്ട്രീയ ഭിന്നതകൾ മാറ്റിവെച്ചും സംസ്ഥാന താൽപ്പര്യം ഉയർത്തിപ്പിടിക്കേണ്ട ഘട്ടമാണിത്.

സുനിത് ചോപ്ര വിടപറയുമ്പോൾ

അതൊരു വേനൽക്കാലമായിരുന്നു. ഡി വൈ എഫ് ഐ രൂപീകൃതമായിട്ട് ഏറെയായിട്ടില്ല. അക്കാലത്ത് യുവജനങ്ങളുടെ പ്രശ്നങ്ങൾ ഉയർത്തിക്കാട്ടി ഒരു ജാഥ പുരോഗമന യുവജനപ്രസ്ഥാനം സംഘടിപ്പിക്കുകയുണ്ടായി. ആ ജാഥയുടെ ഉദ്ഘാടന സമ്മേളനത്തിന് എത്തിയ സുനിത് ചോപ്ര ജാഥയുടെ ഭാഗമായിമാറി. സ്വീകരണകേന്ദ്രങ്ങളിൽ സുനിതും സംസാരിക്കും.

ഡി വൈ എഫ് ഐയുടെ യൂണിറ്റ്, വില്ലേജ് ഭാരവാഹികളെയൊക്കെ പരിചയപ്പെടും. ജാഥ കണ്ണൂരിൽ പ്രയാണം നടത്തുമ്പോൾ പറശ്ശിനിക്കടവിൽ സ്വീകരണകേന്ദ്രം ഒരുക്കിയിരുന്നു. ചുട്ടുപൊള്ളുന്ന വെയിലിൽ മരങ്ങളൊന്നുമില്ലാതെ പുല്ല് പടർന്നുകിടക്കുന്ന വെളിപ്പറമ്പിന് മദ്ധ്യത്തിലൂടെയുള്ള റോഡിലൂടെ ജാഥ കടന്നുപോകുമ്പോൾ ധർമ്മനശാലയ്ക്കപ്പുറം റോഡ് ബ്ലോക്കായി. ഞങ്ങൾ സഞ്ചരിച്ച ജീപ്പ് ബ്ലോക്കിൽക്കുടുങ്ങി നിർത്തി. റോഡ്പണി നടക്കുകയാണ്. നിർത്തിയ ജീപ്പിൽനിന്ന് ഇറങ്ങി ഞാൻ മുന്നോട്ടേക്ക് നടന്നു. കുറച്ചുകഴിഞ്ഞ് ജീപ്പിൽനിന്നും ഇറങ്ങിവന്ന സുനിത് റോഡുപണി നടത്തുന്ന തൊഴിലാളികൾക്കിടയിൽ നിൽക്കുന്ന എന്നെക്കണ്ട് ഞങ്ങളുടെ അടുക്കലേക്ക് വന്നു. തുറന്ന ചിരിയോടെ ചുറ്റുമുള്ള തൊഴിലാളികളെ അദ്ദേഹം അഭിവാദ്യം ചെയ്യുന്നുണ്ടായിരുന്നു.

എന്നോട് വർത്തമാനം പറഞ്ഞുനിൽക്കുന്ന തൊഴിലാളി സ്ത്രീയെ ഞാൻ സുനിതിന് പരിചയപ്പെടുത്തി: "കോമ്രേഡ്, ദിസ്ഇസ് മൈ മദർ". ഞാൻ പറഞ്ഞത് ദഹിക്കാത്തതുപോലെ നിൽക്കുന്ന സുനിതി

നോട് റോഡ് റോളറിന്റെ ശബ്ദത്തെ മറികടന്നുകൊണ്ട് ഞാൻ പറഞ്ഞു, ഇത് എന്റെ അമ്മയാണ്. തലയിൽ ഒരു തോർത്തുകെട്ടി, കാലിൽ ടാർ വീണ് പൊള്ളാതിരിക്കാൻ ചാക്കുകൊണ്ട് വരിഞ്ഞുകെട്ടി, കൈകളിൽ ചൂലുമായി നിൽക്കുന്ന എന്റെ അമ്മയെ സുനിത് തൊഴുതു. അമ്മ ചൂല് നിലത്തിട്ട് തലയിൽ കെട്ടിയ തോർത്തിന്റെ അറ്റംകൊണ്ട് മുഖം തുടച്ച് സുനിതിനോട് ചിരിച്ചു. അപ്പോഴേക്കും ബ്ലോക്ക് മാറി വണ്ടികൾ നീങ്ങിത്തുടങ്ങി. അമ്മയോട് ഞങ്ങള് പോട്ടേയെന്ന് പറഞ്ഞുകൊണ്ട് ഞാൻ ജീപ്പിനരികിലേക്ക് നടന്നു. സുനിത് അമ്മയുടെ കൈകൾ കൂട്ടിപ്പിടിച്ച് ഒരുനിമിഷം നിന്നു. കോമ്രേഡ്... എന്ന് വിളിച്ചുകൊണ്ട് സുനിത് എന്റെ പിറകെ ജീപ്പിലേക്ക് കയറി. എന്റെ കൈയ്യിൽ ഇറുക്കിപ്പിടിച്ചു. സുനിതിന്റെ കണ്ണുകൾ നിറഞ്ഞൊഴുകുന്നുണ്ടായിരുന്നു. സുനിത് ചോപ്രയ്ക്ക് എന്റെ അമ്മ കൂലിപ്പണിയെടുക്കുന്നത് വലിയ അത്ഭുതമായിരുന്നു. അത് ഉൾക്കൊള്ളാൻ കഴിയുന്നുണ്ടായിരുന്നില്ല. എന്നെ സംബന്ധിച്ച് ഓർമ്മ വെച്ച കാലംമുതൽ അമ്മ കർഷകത്തൊഴിലാളിയാണ്. എന്റെ നാട്ടിലെ മിക്കവാറും അമ്മമാർ കർഷകത്തൊഴിലാളികളാണ്. എന്റെ അമ്മയും അവരിൽ ഒരാളാണ്. കൂലിപ്പണിക്ക് പോയാണ് അവരൊക്കെ വീട് പുലർത്തുന്നത്.

എനിക്ക് ജോലി കിട്ടിയപ്പോഴും പിന്നീട് എം എൽ എ ആയപ്പോഴും മന്ത്രിയായപ്പോഴും അമ്മ കൂലിപ്പണിയെടുത്തു. ഞാനൊരിക്കലും അമ്മയോട് പണിക്ക് പോകേണ്ടെന്ന് പറഞ്ഞില്ല. പണിയെടുത്ത് ജീവിക്കുന്നതിൽ അമ്മ അഭിമാനിച്ചിരുന്നു. ജോലിചെയ്യാൻ ആരോഗ്യം അനുവദിച്ച കാലംവരെ കർഷകത്തൊഴിലാളിയായിരുന്നു എന്റെ അമ്മ. ഡി വൈ എഫ് ഐ ജാഥ കഴിഞ്ഞ് ഡൽഹിയിലേക്കു പോയ സുനിത് ചോപ്ര പിന്നീട് എന്നെ കാണുമ്പോഴെല്ലാം ആദ്യം അന്വേഷിക്കുന്നത് അമ്മയെക്കുറിച്ചായിരുന്നു. അമ്മയുടെ ആരോഗ്യത്തെക്കുറിച്ചും മറ്റും വിശദമായി ചോദിച്ചറിയും. അമ്മ മരണപ്പെട്ടപ്പോൾ എന്നെ ഫോണിൽ വിളിച്ച് ഏറെനേരം സഖാവ് സംസാരിച്ചു. എന്നെ ആശ്വസിപ്പിച്ച സുനിത് ചോപ്രയെക്കുറിച്ച് ഓർക്കുമ്പോൾ എന്റെ മനസ്സിലേക്ക് വരുന്നത് നിറഞ്ഞൊഴുകുന്ന സുനിതിന്റെ കണ്ണുകളും എന്റെ കൈകൾ ഇറുക്കിപ്പിടിച്ച ആ കൈകളുടെ ചൂടുമാണ്. ആഡംബരത്തോടെ ജീവിക്കാനുള്ള എല്ലാ ജീവിതപശ്ചാത്തലവും ഉണ്ടായിട്ടും അതെല്ലാം ത്യജിച്ച് സാധാരണക്കാർക്കൊപ്പമുള്ള ജീവിതം തെരഞ്ഞെടുത്ത രാഷ്ട്രീയ ദാർഢ്യമായിരുന്നു സുനിത് ചോപ്ര. ദരിദ്രർക്കും പാവപ്പെട്ടവർക്കുമൊക്കെ വേണ്ടിയുള്ള സമരരംഗങ്ങളിൽ അദ്ദേഹത്തിന്റെ സാന്നിദ്ധ്യവും ശബ്ദവും വേറിട്ടുതന്നെ ജ്വലിച്ചു.

കേരളത്തെയും മലയാളികളെയും ഏറെ സ്നേഹിച്ച സുനിത് ചോപ്ര,

രാജ്യത്തെ അറിയപ്പെടുന്ന ആർട്ട് ക്യൂറേറ്റർ കൂടിയായിരുന്നു. എല്ലാ സോഷ്യലിസ്റ്റ് രാജ്യങ്ങളുമായും അടുപ്പംപുലർത്തിയ ചുരുക്കം കമ്യൂണിസ്റ്റ് നേതാക്കളിൽ ഒരാളായിരുന്നു അദ്ദേഹം. അടിയന്തരാവസ്ഥയ്ക്കെതിരായി നിലകൊണ്ടതിന്റെ പേരിൽ ജെ എൻ യുവിൽനിന്ന് പുറത്താക്കപ്പെട്ട രണ്ട് വിദ്യാർത്ഥി നേതാക്കളിൽ ഒരാളായിരുന്നു സുനിത് ചോപ്ര. രണ്ടാമൻ പ്രകാശ് കാരാട്ടാണ്. സുനിത് ഒളിവിൽ കഴിഞ്ഞകാലത്ത് രസകരമായ ഒരു സംഭവമുണ്ടായി. ഡൽഹിക്കടുത്ത് ഗാസിയാബാദിലുള്ള ഒരു വാടകവീട്ടിലായിരുന്നു ഒളിവുവാസം. ബീഹാറിൽനിന്നാണ് എന്നാണ് വീട്ടുടമസ്ഥനോട് പറഞ്ഞിട്ടുള്ളത്. പുകവലി, മദ്യപാനംപോലുള്ള ദുശ്ശീലങ്ങളൊന്നുമില്ലാത്ത സുനിതിനെ വീട്ടുടമസ്ഥന് വളരെ ഇഷ്ടപ്പെട്ടു. അദ്ദേഹം തന്റെ മകൾക്ക് വിവാഹവും ആലോചിച്ചു ഇതറിഞ്ഞ ദിവസം രാത്രി സുനിത് ചോപ്ര ആ വീട്ടിൽനിന്ന് ഒളിച്ചോടുകയായിരുന്നു.

സുനിത് ചോപ്ര ലണ്ടനിൽ സ്കൂൾ ഓഫ് ഓറിയന്റൽ ആന്റ് ആഫ്രിക്കൻ സ്റ്റഡീസിൽ ഉപരിപഠനം നടത്തവേയാണ് കമ്യൂണിസ്റ്റ് പ്രസ്ഥാനവുമായി അടുപ്പമുണ്ടാകുന്നത്. തുടർന്ന്, പലസ്തീൻ വിമോചന പ്രസ്ഥാനത്തിൽ പങ്കാളിയായി ഇന്ത്യയിൽ തിരിച്ചെത്തിയ ചോപ്ര ജെ എൻ യുവിൽ വിദ്യാർത്ഥിയായി. അവിടെ, എസ് എഫ് ഐയിലൂടെയാണ് പൊതുജീവിതത്തിന് തുടക്കമിട്ടത്.

ലോകത്തെ സോഷ്യലിസ്റ്റ് രാജ്യങ്ങളിലെ നേതാക്കളുമായി സുനിത് ചോപ്ര നിരന്തരബന്ധം പുലർത്തി. സോഷ്യലിസത്തിനുവേണ്ടി എഴുതുകയും പ്രസംഗിക്കുകയും ചെയ്തു. ഡൽഹി അതിർത്തികൾ സ്തംഭിച്ച കർഷക പ്രക്ഷോഭവേളയിൽ സമരമുഖത്ത് ആവേശമായി. ചിന്തയുടെ ഔന്നത്യവും ജീവിതത്തിലെ ലാളിത്യവും ഇഴചേർന്ന ആ സാന്നിദ്ധ്യം അടിമുടി സാധാരണക്കാർക്കൊപ്പം ഇഴുകിച്ചേർന്നു. കർഷകത്തൊഴിലാളി യൂണിയൻ ദേശീയ ജോയിന്റ് സെക്രട്ടറിയായി രാജ്യത്തുടനീളം സഞ്ചരിച്ചു. കർഷകത്തൊഴിലാളി യൂണിയന്റെ ദേശീയ സമ്മേളനത്തിനുമുമ്പ് അദ്ദേഹം കേരളത്തിൽ എത്തിയിരുന്നു. ഇനിയുള്ള കാലം കേരളത്തിൽ തങ്ങണമെന്നും ഒരു പുസ്തകം എഴുതണമെന്നുമൊക്കെ പറഞ്ഞു. എം എൽ എ ക്വാർട്ടേഴ്സിലെ എന്റെ മുറിയിലാണ് സുനിത് തങ്ങിയത്. കേരളമാകെ യാത്രചെയ്യണമെന്നുപറഞ്ഞ് എന്നെ സമീപിച്ചപ്പോൾ ആരോഗ്യം കുറച്ചുകൂടി മെച്ചപ്പെട്ടിട്ടാകാമെന്നുപറഞ്ഞ് സഖാവിനെ നിരുത്സാഹപ്പെടുത്തുകയും തുടർ പരിശോധനകൾക്കായി ഡൽഹിയിലേക്ക് പോകാൻ നിർബ്ബന്ധിക്കുകയും ചെയ്തു

ആരോഗ്യം മെച്ചപ്പെട്ട സുനിത് അഖിലേന്ത്യാ സമ്മേളനത്തിനായി ബംഗാളിൽ പോയി കേരളത്തിൽനിന്നുള്ള സഖാക്കളോട് കേരളത്തിലേക്ക് വരുന്ന കാര്യം ഓർമ്മിപ്പിച്ചു. അവസാനം ഡൽഹിയിലെ

കർഷകത്തൊഴിലാളി മാർച്ചിൽ പങ്കെടുക്കാനായി വീട്ടിൽനിന്ന് ഇറങ്ങിയ സുനിത് സമരമുഖത്ത് എത്തുംമുമ്പേ വിടവാങ്ങുകയായിരുന്നു. തൊഴിലാളി വർഗ്ഗബോധത്തെ പ്രകാശിപ്പിച്ചുകൊണ്ട്, ചുറ്റുമുള്ളവർക്ക് വെളിച്ചം പകർന്ന കമ്യൂണിസ്റ്റായിരുന്നു സുനിത് ചോപ്ര. അദ്ദേഹത്തിന്റെ വിയോഗത്തിലൂടെ തൊഴിലാളിവർഗ്ഗ സാർവ്വദേശീയതയുടെ ഉജ്ജ്വലനായ വക്താവിനെയാണ് നമുക്ക് നഷ്ടമായത്.

വൈക്കത്തുനിന്നും ലഭിച്ച പ്രകാശം മങ്ങാതെ സൂക്ഷിക്കണം

1924 മാർച്ച് 30. നേരത്തെ നിശ്ചയിച്ചുറപ്പിച്ചതുപോലെ വൈക്കം സത്യഗ്രഹം ആരംഭിച്ചു. അക്കാലത്ത് കെ പി സി സി അദ്ധ്യക്ഷയിരുന്ന കെ പി കേശവമേനോൻ ഇതുസംബന്ധിച്ച് എഴുതുന്നു: 'സത്യഗ്രഹ ക്യാമ്പിലുള്ളവർ കുളികഴിഞ്ഞ് കുറിയിട്ട് ക്ഷേത്രറോഡിലേക്ക് പുറപ്പെടാനുള്ള ഒരുക്കങ്ങൾ ചെയ്തു. മൂന്നാളുകളാണ് ആദ്യത്തെ ദിവസം സത്യഗ്രഹത്തിന് പുറപ്പെട്ടത്. കുഞ്ഞാപ്പി എന്നുപേരായ ഒരു പുലയനും ബാഹുലേയൻ എന്നുപേരായ ഒരു ഈഴവനും ഗോവിന്ദപ്പണിക്കർ എന്ന ഒരു നായരും. കാലത്ത് ഏഴ് മണിക്ക് ഞങ്ങൾ ക്യാമ്പിൽനിന്ന് പുറപ്പെട്ടു. ഈരണ്ടാളുകളായി മുന്നോട്ടുനടന്നു. ക്യാമ്പിൽനിന്നും ക്ഷേത്രറോഡിലേക്ക് ഏകദേശം ഒരുനാഴിക ദൂരമുണ്ട്. സാവധാനത്തിൽ അവിടെ എത്തി. കാഴ്ചക്കാരും പോലീസുകാരുമടങ്ങിയ വലിയൊരു ജനക്കൂട്ടം അവിടെയുണ്ടായിരുന്നു. 'അയിത്ത ജാതിക്കാർ ഇതിനപ്പുറം പ്രവേശിക്കാൻ പാടില്ല' എന്നെഴുതിയ ഒരു ബോർഡ് ക്ഷേത്രത്തിന് നൂറുവാര അകലെയായി റോഡിൽ നാട്ടിയിരുന്നു. ആ ബോർഡുവെച്ച സ്ഥലത്തുനിന്ന് 50 വാര അകലെ എത്തിയപ്പോൾ എല്ലാവരും അവിടെ നിന്നു. സത്യഗ്രഹത്തിന് ഒരുങ്ങിയ മൂന്നുപേർ മാത്രം മുന്നോട്ടുനടന്നു...' മനുഷ്യരായി ജീവിക്കാനും സമത്വവും സ്വാതന്ത്ര്യവും ഉറപ്പുവരുത്താനും രാജ്യത്തു നടന്ന നവോത്ഥാന പ്രസ്ഥാനത്തിന്റെ വഴിവിളക്കായിരുന്നു വൈക്കം സത്യഗ്രഹം. രാജ്യത്തിന്റെ സ്വാതന്ത്ര്യസമര പ്രസ്ഥാനത്തിനോടും സമൂഹത്തെ ജനാധിപത്യപരമായി പരിഷ്കരിക്കാനുള്ള നിരവധിയായ മുന്നേറ്റങ്ങ

ളോടും വൈക്കം പ്രക്ഷോഭം ഐക്യപ്പെട്ടു. ജാതി, ജന്മി, നാടുവാഴി ത്ത വ്യവസ്ഥയ്ക്കെതിരായ സമരപന്ഥാവുകളുടെ ആദ്യപ്രകാശനങ്ങളിലൊന്നായിരുന്നു അത്. 603 ദിവസം നീണ്ടുനിന്ന വൈക്കം സത്യഗ്രഹത്തിന് 100 വർഷം തികയുന്നവേളയിൽ നവോത്ഥാനത്തിന്റെ വഴികളെ കൂടുതൽ പ്രകാശിപ്പിക്കാനുള്ള ബാദ്ധ്യത നമുക്കേവർക്കുമുണ്ട്.

വൈക്കം ക്ഷേത്രത്തിന് സമീപത്തെ പൊതുനിരത്തിലൂടെ എല്ലാ മനുഷ്യനും നടക്കാനുള്ള സ്വാതന്ത്ര്യത്തിനുവേണ്ടിയാണെങ്കിലും അയിത്തോച്ചാടനത്തിനും തുല്യാവകാശത്തിനും പരിഷ്കൃത സമൂഹത്തിനും വേണ്ടിയുള്ള പോരാട്ടങ്ങൾക്കുള്ള ഇന്ധനമായി ആ ഐതിഹാസിക സമരത്തെ വായിക്കേണ്ടതുണ്ട്. ആ കാലഘട്ടത്തിലെ സമൂഹം സവർണ്ണരും അവർണ്ണരുമായി വേർപെട്ട് നിൽക്കുന്നതായിരുന്നു. ജാതിജീർണ്ണതകളാൽ കറുത്തുപോയ കാലമായിരുന്നു അത്. ബ്രാഹ്മണാധിപത്യം കേരളസമൂഹത്തെ തങ്ങളുടെ കാൽച്ചുവട്ടിലിട്ട് ചവിട്ടിമെതിക്കുമ്പോൾ, ജാത്യാചാരങ്ങളാൽ വീർപ്പുമുട്ടുന്ന 'ഭ്രാന്താലായം' പോലുള്ള സമൂഹത്തെ മോചിപ്പിക്കാൻ സാമൂഹിക പരിഷ്കരണ പ്രസ്ഥാനങ്ങൾ പിറവികൊണ്ടു. നവോത്ഥാന മൂല്യങ്ങൾ സമൂഹത്തിൽ വിതയ്ക്കപ്പെട്ടു. എല്ലാ ജാതിമത വിഭാഗങ്ങളിൽപെട്ടവർക്കും പൊതുവഴികളിൽക്കൂടി സഞ്ചരിക്കുന്നതിനുള്ള അനുമതി നൽകിക്കൊണ്ട് 1865 ൽ തിരുവിതാംകൂർ സർക്കാർ ഉത്തരവിറക്കിയിരുന്നു. ആ ഉത്തരവ് നടപ്പിലാക്കുന്നതിന് തടസ്സമായി നിന്നത് ബ്രാഹ്മണാധിപത്യത്തിലുള്ള സവർണ്ണരായിരുന്നു. അപ്പോഴാണ് വെങ്ങാനൂരിൽനിന്നും ബാലരാമപുരം ചന്തയിലേക്കുള്ള പൊതുവഴിയിലൂടെ 1893 ൽ അയ്യൻകാളി വില്ലുവണ്ടിയാത്ര നടത്തിയത്. വില്ലുവണ്ടിയാത്ര പൊതുവഴിയിലൂടെ ആയതുകൊണ്ടാണ് നിയമലംഘനം പറഞ്ഞ് അയ്യൻകാളിയെ ശിക്ഷിക്കാൻ കഴിയാതിരുന്നത്. വൈക്കം ക്ഷേത്രപരിസരത്തുള്ള റോഡ് പൊതുവഴിയാണ്. വൈക്കം ക്ഷേത്രം സർക്കാരിന്റെ ഉടമസ്ഥതയിലുമാണ് ക്ഷേത്രം തന്ത്രിയായിരുന്ന ഇണ്ടംതുരുത്തി മനയിലെ നമ്പ്യാതിരിയുടെ നേതൃത്വത്തിൽ സവർണ്ണ പ്രമാണിമാരാണ് ക്ഷേത്രത്തിന് ചുറ്റുമുള്ള റോഡിൽക്കൂടി അവർണ്ണർ നടക്കാൻ പാടില്ലെന്ന തീട്ടൂരമിറക്കിയത്. അവർ തീണ്ടൽപ്പലക സ്ഥാപിക്കുകയും ചെയ്തു സവർണത്വത്തിന്റെ ആസുരതകളെ തോൽപ്പിച്ചുകൊണ്ടാണ് വൈക്കം സത്യഗ്രഹം വിജയം കണ്ടത്.

1923 ഡിസംബർ 23 ന് കാക്കിനഡയിൽ ചേർന്ന ഇന്ത്യൻ നാഷണൽ കോൺഗ്രസിന്റെ അഖിലേന്ത്യാ സമ്മേളനത്തിൽ ടി കെ മാധവൻ അവതരിപ്പിച്ച അയിത്തോച്ചാടന പ്രമേയം ഐകകണ്ഠേനയാണ് അംഗീകരിച്ചത്. അതിന്റെ തുടർച്ചയായാണ് കേരളത്തിൽ അയിത്തോച്ചാടന സമിതി രൂപംകൊണ്ടത്. അയിത്തത്തിനെതിരായും പൗരസ്വാതന്ത്ര്യവും മതസ്വാതന്ത്ര്യവും ഗതാഗതസ്വാതന്ത്ര്യവും നിഷേധിക്കപ്പെടുന്നതിനെ

തിരായും ഒരു പ്രമേയം ആ സമിതിയുടെ യോഗം അംഗീകരിച്ചു. പ്രമേയം തിരുവിതാംകൂർ, കൊച്ചി രാജാക്കൻമാർക്ക് നൽകാനും പുതുവത്സരദിന മായ വിഷുവിന് അയിത്തോച്ചാടന ദിനമായി ആചരിക്കാനും അന്ന് തീരു മാനമായി പൊതുനിരത്തുകളിൽ കൂടി ഘോഷയാത്രയും പ്രകടനവുമൊ ക്കെ നടത്തി ജനങ്ങളെ ബോധവൽക്കരിക്കാനും തീരുമാനിക്കുകയു ണ്ടായി. മാർച്ച് ഒന്നിന് വൈക്കം ക്ഷേത്രപരിസരത്തെ റോഡിൽക്കൂടി യാത്രനടത്തി അതിന്റെ ഉദ്ഘാടനം നിർവ്വഹിക്കണമെന്നാണ് അന്ന് തീരുമാനിച്ചതെങ്കിലും അധികാരികൾ പ്രക്ഷോഭകരുമായി നടത്തിയ ചർച്ചയിൽ സാവകാശം തേടുകയും സമരം മാർച്ച് 30 ലേക്ക് നീട്ടുകയു മായിരുന്നു.

വൈക്കം സത്യഗ്രഹത്തിന് എല്ലാ ജാതി-മതസ്ഥരുടെയും പിന്തുണ ലഭിക്കുകയുണ്ടായി. സാമുദായിക സംഘടനകൾ ഐക്യദാർഢ്യവുമാ യെത്തി. ശ്രീനാരായണഗുരുവിന്റെ അനുവാദത്തോടെ എസ് എൻ ഡി പി യോഗം ഓഫീസ് സത്യഗ്രഹ സമരത്തിന്റെ സംഘാടക സമിതി ഓഫീസായി പ്രവർത്തിച്ചു. ദേശീയ ശ്രദ്ധയാകർഷിക്കുന്ന മഹാപ്രക്ഷോ ഭമായി അത് മാറി. മഹാത്മാഗാന്ധിയും ഇ വി രാമസ്വാമി നായ്ക്കരുമൊ ക്കെ പ്രക്ഷോഭഭൂമിയിലേക്കെത്തി. ക്രൂരമായ ആക്രമണമാണ് സത്യഗ്ര ഹികൾക്കുനേരെ ഉണ്ടായത്. പോലീസും ഗുണ്ടകളും മത്സരിച്ച് ആക്രമ ണം നടത്തി. രക്തസാക്ഷിത്വമുണ്ടായി. വലിയരീതിയിലുള്ള പൊതുജ നപങ്കാളിത്തം സമരത്തെ ശ്രദ്ധേയമാക്കി. സവർണ്ണനേതൃത്വത്തിന്റെ എല്ലാ പിന്തിരിപ്പൻ ശ്രമങ്ങളെയും അതിജീവിച്ചാണ് സമരം മുന്നോട്ടു പോയത് 1925 ഒക്ടോബർ ആയപ്പോഴേക്കും വൈക്കം ക്ഷേത്രത്തിന്റെ റോഡിൽ സ്ഥാപിച്ച തീണ്ടൽപ്പലകകൾ എടുത്തുമാറ്റപ്പെട്ടു എല്ലാവർക്കും സഞ്ചാര സ്വാതന്ത്ര്യം അനുവദിച്ചു. സർക്കാരിൽനിന്നും അനുകൂലമായ ഉറപ്പുലഭിച്ചതിനെത്തുടർന്ന് 1925 നവംബർ 23 ന് സമരം നിർത്തിവെച്ച തായി സത്യഗ്രഹാശ്രമം പത്രക്കുറിപ്പിറക്കി സഞ്ചാരസ്വാതന്ത്ര്യം ലഭി ച്ചെങ്കിലും അയിത്താചരണം നിലനിൽക്കുന്നുവെന്നും അതിനെതിരായ സമരം തുടരണമെന്നും ആഹ്വാനം ചെയ്തുകൊണ്ടാണ് പ്രക്ഷോഭം അവസാനിപ്പിച്ചത്.

കേവലമായ രാഷ്ട്രീയാവകാശം നേടിയെടുക്കുന്നതിനുവേണ്ടിയുള്ള പ്രക്ഷോഭമായിരുന്നില്ല വൈക്കത്ത് നടന്നത്. പൗരാവകാശത്തിനുവേ ണ്ടിയുള്ള പുരോഗമനേച്ഛുക്കളായ ജനതയുടെ മുന്നേറ്റമായിരുന്നു. നവോ ത്ഥാനത്തിന്റെ ധാരകളെ അത് ശക്തിപ്പെടുത്തി. വൈക്കം സത്യഗ്രഹം പകർന്ന ഊർജ്ജത്തിൽനിന്നും കേരളം പ്രബുദ്ധമായി മാറി. ആ വഴികൾ ദുർബ്ബലപ്പെട്ടുമ്പോൾ ശക്തിപ്പെടുത്തുക എന്നത് നമ്മുടെ ഉത്തരവാദിത്വമാ ണ്. വൈക്കം സത്യഗ്രഹത്തിന്റെ നൂറാം വാർഷിക വേളയിൽ ആ ഉത്തര വാദിത്വവും ഓർമ്മിക്കേണ്ടതുണ്ട്.

ജനതയുടെ പ്രതീക്ഷയായൊരു പത്രം

ദേശാഭിമാനി തൊഴിലാളി വർഗ്ഗത്തിന്റെ ജിഹ്വയാണ്. മൂലധന ശക്തികൾ നിയന്ത്രിക്കുന്ന മറ്റ് മാധ്യമങ്ങളിൽനിന്നും വ്യത്യസ്തമായി, തൊഴിലാളികളുടെയും സാധാരണക്കാരായ മറ്റ് ജനവിഭാഗങ്ങളുടെയും അദ്ധ്വാനത്തിൽനിന്നുമുള്ള ഒരു വിഹിതമാണ് *ദേശാഭിമാനി*യുടെ മൂലധനം. "സാമാന്യം ഭേദപ്പെട്ട നിലയിൽ ജീവിക്കുന്ന വിഭാഗക്കാരിൽ നിന്നുമാത്രമല്ല, ഏറ്റവും പാവപ്പെട്ട തൊഴിലാളികളും കൃഷിക്കാരും മറ്റ് പാവപ്പെട്ടവരും ത്യാഗപൂർവ്വം നൽകുന്ന സംഖ്യകളും *ദേശാഭിമാനി* തുടങ്ങുന്നതിന് സഹായിച്ചു." ഇ എം എസിന്റെ ഈ വാക്കുകളിലൂടെ ദേശാഭിമാനിയുടെ പിന്നിലുള്ളവരെക്കുറിച്ച് മനസ്സിലാക്കാൻ സാധിക്കും. പത്ര മുതലാളിമാരില്ലാത്ത, ജനങ്ങളുടെ പത്രമായ *ദേശാഭിമാനി*യുടെ ചരിത്രം ആധുനിക കേരളത്തിന്റെ ചരിത്രംകൂടിയാണ്. മൂലധനശക്തികളുടെ അജണ്ടകൾ പ്രാവർത്തികമാക്കാനുള്ള ആശയ ഉൽപ്പാദകകേന്ദ്രങ്ങളായ ബൂർഷ്വാ മാധ്യമങ്ങൾ ലോകമാസകലം സാന്നിദ്ധ്യമറിയിക്കുമ്പോഴാണ് കേരളത്തിൽ ജനപക്ഷത്ത് നിൽക്കുന്ന, ജനങ്ങളുടെ പത്രമായി *ദേശാഭിമാനി* തലയുയർത്തി നിൽക്കുന്നത്.

പാർട്ടിപ്രവർത്തനം തന്നെ പലപ്പോഴും ഒളിവിൽനിന്ന് നടത്താൻ നിർബ്ബന്ധിതമായ കാലഘട്ടത്തിലാണ് *ദേശാഭിമാനി* യാഥാർത്ഥ്യമാക്കുന്നത്. ആ വേളയിൽ വലിയ സാമ്പത്തിക ബുദ്ധിമുട്ടുകളെയാണ് നേരിടേണ്ടിവന്നത്. *ദേശാഭിമാനി* പ്രിന്റിങ് ആന്റ് പബ്ലിഷിങ് കമ്പനിയായി രജിസ്റ്റർചെയ്ത വേളയിൽ 1947 ഒക്ടോബർ 19-ാം തീയതിയിലെ

*ദേശാഭിമാനി*യിൽ സഖാവ് കൃഷ്ണപിള്ള ഇങ്ങനെ എഴുതി : "ദേശാഭിമാനി പ്രിന്റിങ് ആന്റ് പബ്ലിഷിങ് കമ്പനിക്ക് ഷെയറുകൾ പിരിക്കുന്നതിനായി സ. എ കെ ജി അടുത്ത അവസരത്തിൽ മലബാർ മുഴുവൻ സഞ്ചരിക്കുന്നതായിരിക്കും. ഓരോ പാർട്ടി ബ്രാഞ്ചും പാർട്ടി മെമ്പറും ദേശാഭിമാനിയുടെ ഓരോ ബന്ധുവും സ്വയം ഷെയറെടുത്തും മറ്റുള്ളവരെക്കൊണ്ട് ഷെയറെടുപ്പിച്ചും കമ്പനിയെ സഹായിക്കാനഭ്യർത്ഥിക്കുന്നു." സഖാവിന്റെ ഓർമ്മപ്പെടുത്തൽ കേരളം നെഞ്ചേറ്റി. കേരളത്തിന് പുറത്തുള്ള പ്രവാസികളായ മലയാളികളും *ദേശാഭിമാനി*ക്ക് വേണ്ടി തങ്ങളുടെ വിഹിതം നൽകി. എ കെ ജി കേരളത്തിന് വെളിയിലേക്കും സഞ്ചരിച്ചു. ബോംബെ, സിലോൺ, ബർമ്മ എന്നിവിടങ്ങൾ സന്ദർശിച്ച് പ്രവാസി മലയാളികളിൽനിന്നും അദ്ദേഹം പത്രത്തിനുവേണ്ടി ധനസമാഹരണം നടത്തി.

ഏറ്റവും ദുർബ്ബലരായ ജനവിഭാഗങ്ങൾവരെ തങ്ങൾക്കൊരു ശബ്ദമുണ്ടാകണമെന്ന അതിയായ ആഗ്രഹത്തോടെ *ദേശാഭിമാനി*ക്കു വേണ്ടി സഹായിച്ചു : "ഏറ്റവും പാവപ്പെട്ട തൊഴിലാളികളും കൃഷിക്കാരും മറ്റ് പാവപ്പെട്ടവരും ത്യാഗപൂർവ്വം നൽകുന്ന സംഖ്യകളും *ദേശാഭിമാനി* തുടങ്ങുന്നതിന് സഹായിച്ചു.... തലശ്ശേരി താലൂക്കിൽ പാലോറമാത എന്നുപേരുള്ള ഒരു കർഷകസ്ത്രീ ഉണ്ടായിരുന്നു. 1940-42 കാലത്തെ രഹസ്യ പാർട്ടി പ്രവർത്തനത്തിനും മറ്റും കാര്യമായ സഹായങ്ങൾ നൽകിയിരുന്ന ഒരു വിധവ. അവർക്കുണ്ടായിരുന്ന ഒരേയൊരു സ്വത്ത് ഒരു പശുവായിരുന്നു. പാർട്ടി പരസ്യപ്രവർത്തനം തുടങ്ങിയെന്നും ഒരു പത്രം പുറത്തിറക്കുന്നുണ്ടെന്നും അറിഞ്ഞ അവർ തന്റെ ഏക സ്വത്തായ ആ പശുവിനെ *ദേശാഭിമാനി*ഫണ്ടിലേക്ക് സംഭാവന ചെയ്തു." ഇതെഴുതിയ ഇ എം എസ്, പാലോറമാതയെ മാതൃകയാക്കി ആ കാലത്ത് അൻപതിനായിരം രൂപ മതിപ്പ് വിലവരുന്ന തന്റെ കുടുംബസ്വത്ത് മുഴുവൻ *ദേശാഭിമാനി* കെട്ടിപ്പടുക്കുന്നതിനായി സംഭാവന ചെയ്തു. പിടിയരിയും കാലണയും മുതൽ വിലപ്പെട്ട ആഭരണങ്ങൾ വരെ *ദേശാഭിമാനി*യുടെ സഞ്ചിത മൂലധനത്തിന് കരുത്തായി മാറി. അത്തരം കൈത്താങ്ങുകളാണ് ഇന്നും *ദേശാഭിമാനി*യുടെയും പാർട്ടിയുടെയും ശക്തി. പാർട്ടി വളരുന്നതിനൊപ്പം *ദേശാഭിമാനി*യും മുന്നേറി. ഏതാണ്ട് ഏഴുലക്ഷത്തോളം വരിക്കാരും അതിലേറെ വായനക്കാരും ഇന്ന് പത്രത്തിനുണ്ട്. മുതലാളിത്ത ലോകത്തിലെ ഏറ്റവും ശ്രദ്ധേയമായ, തൊഴിലാളിവർഗ്ഗത്തിന്റെ ദിനപത്രമായി *ദേശാഭിമാനി* ഇന്ന് മാറിയിരിക്കുന്നു.

പ്രതിസന്ധികളുടെ വഴികളിലൂടെയാണ് *ദേശാഭിമാനി* വളർന്നുവന്നിട്ടുള്ളത്. പാർട്ടിയെ നിരോധിച്ച കാലഘട്ടങ്ങളിൽ *ദേശാഭിമാനി*യും വെല്ലുവിളി നേരിട്ടു. പല പേരുകളിലാണ് ആ കാലത്ത് പത്രം പുറത്തിറ

ക്കിയത്. *കേരള ന്യൂസ്, വിശ്വകേരളം, റിപ്പബ്ലിക്, നവലോകം, നവജീവൻ* തുടങ്ങിയ പേരുകൾ. 1948 മുതൽ 1951 വരെയുള്ള ആ കാലം തീക്ഷ്ണമായിരുന്നു. അതിനെയൊക്കെ അതിജീവിച്ച് മുന്നോട്ടുപോകുമ്പോഴാണ് 1964 ൽ പാർട്ടി പിളരുന്നത്. അന്ന് വലതുപക്ഷ ധാരയിലുള്ളവർ *ദേശാഭിമാനി*യെ പിടിച്ചെടുക്കാൻ ശ്രമിച്ചു. പക്ഷേ, കെ പി ആർ ഗോപാലന്റെ നേതൃത്വത്തിൽ *ദേശാഭിമാനി*യെ ജനപക്ഷത്ത് നിർത്തി, പാവപ്പെട്ടവന്റെ ശബ്ദമാക്കി നിലനിർത്തി. പിന്നീട് അടിയന്തരാവസ്ഥക്കാലത്ത് *ദേശാഭിമാനി*യെ വേട്ടയാടാൻ ഭരണകൂടം ശ്രമിച്ചുകൊണ്ടിരുന്നു. പലതരത്തിലുള്ള വിലക്കുകൾക്ക് വിധേയമായ *ദേശാഭിമാനി* പ്രതിഷേധത്തിന്റെ, പ്രതിരോധത്തിന്റെ തീക്കാറ്റായി ജനങ്ങളിലേക്കെത്തി. മുഖപ്രസംഗം പ്രസിദ്ധീകരിക്കേണ്ട ഭാഗം അച്ചടിക്കാതെ പുറത്തിറക്കിയ പത്രം അധികാരിവർഗ്ഗത്തെ നിരന്തരം അലോസരപ്പെടുത്തി.

കിഴക്കൻ യൂറോപ്യൻ രാജ്യങ്ങളിലും സോഷ്യലിസ്റ്റ് റഷ്യയിലും മുതലാളിത്ത പുനഃസ്ഥാപനത്തെ തുടർന്ന് മാർക്സിസം കാലഹരണപ്പെട്ടു എന്ന് വാദിക്കുന്നവർ ഇപ്പോൾ മുതലാളിത്ത പ്രതിസന്ധിക്ക് മുന്നിൽ പകച്ചുനിൽപ്പാണ്. കോർപ്പറേറ്റുകൾ നയിക്കുന്ന ഭരണകൂടങ്ങൾ പ്രതിസന്ധിയിലേക്ക് മൂതലക്കുപ്പ് കുത്തുന്നു. സാമ്രാജ്യത്വത്തിന്റെ കരാളത ലോകമാകെയുള്ള ജനതയെ വേട്ടയാടുന്നു. നാടെങ്ങും പ്രതിഷേധങ്ങളുയരുന്നു. പ്രതികൂലസാഹചര്യങ്ങളെ ചൂണ്ടിക്കാട്ടിയും അവയെ മറികടക്കാനുള്ള ദിശാബോധം പകർന്നും ലോക തൊഴിലാളിവർഗ്ഗ പ്രസ്ഥാനത്തിന്റെ ഭാഗമായി, ചാഞ്ചല്യമില്ലാതെ മുന്നോട്ടുപോകുന്ന സി പി ഐ (എം) കേരള ഘടകത്തിന്റെ മുഖപത്രമായ *ദേശാഭിമാനി*, ആശയവ്യക്തതയുടെ തെളിഞ്ഞ നീരുറവതന്നെയാണ്.

ദേശാഭിമാനി ഇന്ന് മലയാളത്തിലെ മൂന്നാമത്തെ പത്രമായാണ് നിൽക്കുന്നത്. അച്ചടിക്കുന്ന ആകെ പത്രങ്ങളുടെ എണ്ണം നോക്കിയാണ് ആ സ്ഥാനം കണക്കാക്കുന്നത്. എന്നാൽ, ഏറ്റവും കൂടുതൽ വായനക്കാരുള്ള പത്രമെന്ന നിലയിൽ *ദേശാഭിമാനി* ഒന്നാം സ്ഥാനത്താണ് നിൽക്കുന്നത്. ഒരു പത്രംതന്നെ നിരവധിപേർ വായിക്കുന്നു എന്നതാണ് അതിന് കാരണം. പത്രത്തിന്റെ പേജുകളിൽ ഏറ്റവുംകൂടുതൽ വാർത്തകൾ ഉൾക്കൊള്ളിക്കാൻ സാധിക്കുന്ന പത്രവും *ദേശാഭിമാനി*യാണ്. വാർത്താവ്യാഖ്യാനങ്ങളും സൂചനകളുംകൊണ്ട് പൊലിപ്പിക്കാതെ സത്യസന്ധമായി വാർത്തകൾ വായനക്കാരിലേക്കെത്തിക്കാനും പത്രത്തിന് സാധിക്കുന്നു. അങ്ങനെയാണ് ജനങ്ങളുടെ വിശ്വാസമാർജ്ജിക്കാൻ സാധിച്ചത്. ആ വിശ്വാസം നിലനിർത്താൻ കഴിയുന്നു എന്നിടത്താണ് *ദേശാഭിമാനി* പ്രസക്തമാവുന്നത്.

സി പി ഐ (എം)'ന്റെ മുഖപത്രമാണെങ്കിലും ഒരു സമ്പൂർണ്ണ

വാർത്താപത്രമെന്ന നിലയിൽ *ദേശാഭിമാനി* വളരണമെന്നത് ദേശാഭിമാനിയെ സ്നേഹിക്കുന്ന ഏവരുടെയും വലിയ ആഗ്രഹമാണ്. സമ്പൂർണ്ണമായി ആ തലത്തിലേക്ക് എത്താൻ കഴിഞ്ഞു എന്ന് അവകാശപ്പെടുന്നില്ല. എന്നാലും ഏറെക്കുറെ ആ നിലയിൽ ഇന്ന് *ദേശാഭിമാനി* പരിഗണിക്കപ്പെടുന്നുണ്ട്.

മാധ്യമ മൂലധനം എല്ലാ ധനമൂലധന ശക്തികളെയുംപോലെ ലാഭം ആർജ്ജിക്കുന്നുണ്ട്. അതോടൊപ്പം ഭരണവർഗ്ഗത്തിന്റെ ആശയത്രൂപീകരണത്തിൽ ഇടപെട്ടുകൊണ്ട് ജനങ്ങളുടെ പൊതുസമ്മതി നേടാനും അവർ ശ്രമിക്കുന്നു. നവ ഉദാരവൽക്കരണ-സ്വകാര്യവൽക്കരണ നയങ്ങൾ നടപ്പിലാക്കുന്ന രാജ്യത്ത് കോർപ്പറേറ്റുകളും കുത്തക മുതലാളിത്തവും തങ്ങളുടെ ലാഭം കുന്നുകൂട്ടുന്നതിനുള്ള വിധ്വംസക പ്രവർത്തനങ്ങൾ മൂടിവെക്കാനായി മാധ്യമങ്ങളെ സമർത്ഥമായി ഉപയോഗിക്കുന്നുണ്ട്. ജനങ്ങളെ പ്രത്യക്ഷത്തിൽ ബാധിക്കാത്ത വിഷയങ്ങൾ പൊതുസമൂഹത്തിൽ ചർച്ചയാക്കിമാറ്റി, യഥാർത്ഥ പ്രശ്നങ്ങളിൽനിന്നും ജനശ്രദ്ധ തിരിച്ചുവിടുന്ന കുത്തകമാധ്യമങ്ങൾ ഉയർത്തിക്കൊണ്ടുവരുന്ന വിഷയങ്ങളും ചർച്ചകളും ഉത്തരവാദിത്വ മാധ്യമപ്രവർത്തനത്തിന്റെ ഭാഗമായുള്ളവയല്ല. അത്തരമൊരു കാലഘട്ടത്തിൽ സാധാരണക്കാരനുവേണ്ടി ശബ്ദിക്കുന്ന, അവരുടെ ആവശ്യങ്ങൾ മനസ്സിലാക്കി അവർക്കുവേണ്ടി ശബ്ദിക്കുന്ന നാവാണ് *ദേശാഭിമാനി.* കുത്തക മാധ്യമങ്ങൾ കൂടുതൽ ശക്തിയാർജ്ജിക്കുമ്പോൾ, അവരെ പ്രതിരോധിക്കാനുള്ള ഭൂരിപക്ഷത്തിന്റെ ശബ്ദമെന്നുള്ള നിലയിൽ *ദേശാഭിമാനി* പല കാര്യങ്ങളിലും ഇനിയും മുന്നേറണം.

ഭാഷാശൈലിയടക്കമുള്ള കാര്യങ്ങളിൽ പത്രത്തിന് ഇനിയും സൂക്ഷ്മത ആവശ്യമാണ്. തങ്ങൾ തൊഴിലാളിവർഗ്ഗത്തിന്റെ പതാകവാഹകരാണ് എന്ന ബോധം എപ്പോഴും *ദേശാഭിമാനി* പ്രവർത്തകർക്കുണ്ടാവണം. ഇ എം എസ് പറഞ്ഞിട്ടുള്ളത് ഈയവസരത്തിൽ പ്രസക്തമാണ്: "അഭ്യസ്തവിദ്യരായ എഴുത്തുകാരുടെ പാണ്ഡിത്യം പ്രകടിപ്പിക്കാനല്ല, സാധാരണക്കാർക്ക് ഗ്രഹിക്കത്തക്കവിധത്തിൽ ലളിതമായി എഴുതാനാണ്, തൊഴിലാളിവർഗ്ഗത്തിന്റെ പത്രം ശ്രദ്ധിക്കേണ്ടത്." ഇത്തരം കാര്യങ്ങളിലെല്ലാം ആത്മപരിശോധന നടത്തിക്കൊണ്ടാവണം *ദേശാഭിമാനി* മുന്നോട്ടുപോകേണ്ടത്.

കേരളത്തിന്റെ സമഗ്ര വികസനത്തിനുള്ള ബദലുകൾ മുന്നോട്ടുവെച്ചുകൊണ്ട്, മതനിരപേക്ഷതയെയും ജനാധിപത്യത്തെയും സംരക്ഷിച്ച് നവോത്ഥാന പ്രസ്ഥാനത്തിന് ശക്തമായ തുടർച്ച സൃഷ്ടിച്ച് മുന്നോട്ടുപോകുന്ന കേരളത്തിലെ എൽ ഡി എഫ് സർക്കാരിനെ ദുർബ്ബലപ്പെടുത്താൻ വലതുപക്ഷവും വർഗ്ഗീയശക്തികളും സാമ്രാജ്യത്വ ശക്തികളുടെ പിൻബ

ലത്തിൽ വിശ്രമമില്ലാതെ പരിശ്രമിക്കുന്നുണ്ട്. കുത്തക മാധ്യമങ്ങൾ ഒറ്റക്കെട്ടായി അവർക്കുവേണ്ടി സംസാരിക്കുകയാണ്. പൊതുസമൂഹത്തെ നിരന്തരം തെറ്റിദ്ധരിപ്പിക്കുകയാണ്. വിമോചനസമരത്തിന്റെ രണ്ടാം അദ്ധ്യായം എഴുതുവാനായി ശ്രമിക്കുന്ന ആ മഴവിൽമഹാസഖ്യത്തെ കേരളം തിരിച്ചറിയണം. ജനങ്ങൾക്ക് അത്തരത്തിലുള്ള തിരിച്ചറിവുകൾ പകർന്നുനൽകാൻ *ദേശാഭിമാനി*ക്ക് സാധിക്കണം. അതിനായുള്ള സാങ്കേതിക മികവും പ്രവർത്തന ഏകോപനങ്ങളും വൈവിദ്ധ്യവൽക്കരണവും ആഴത്തിലുള്ള ഉള്ളടക്കവും *ദേശാഭിമാനി* ആർജ്ജിച്ചുകൊണ്ടിരിക്കയാണ്. കൂടുതൽ ഗരിമയോടെ കേരളത്തിന്റെ കാഴ്ചപ്പാടുകളിൽ ഉൾക്കാഴ്ച പകർന്നുകൊണ്ട് മുന്നേറാൻ *ദേശാഭിമാനി*ക്ക് സാധിക്കും.

ഒരു രാഷ്ട്രം ഒറ്റ തെരഞ്ഞെടുപ്പ്; ലക്ഷ്യം ഭരണഘടന തകർക്കൽ

ഹരിയാനയിലും മഹാരാഷ്ട്രയിലും നിയമസഭാ തെരഞ്ഞെടുപ്പുകളിൽ വിജയിച്ചതോടെ ബി ജെ പി വീണ്ടും ഇന്ത്യൻ രാഷ്ട്രീയത്തിലെ അജയ്യശക്തിയായെന്ന വ്യാഖ്യാനമാണ് പൊതുവെ വലതുപക്ഷവും അവരെ പിന്താങ്ങുന്ന മാധ്യമങ്ങളും ചമയ്ക്കുന്നത്. കോൺഗ്രസ് വിജയിക്കുമെന്ന് കരുതിയ ഹരിയാനയിലെയും മഹാരാഷ്ട്രയിലെയും അപ്രതീക്ഷിതവിജയം ലോക്സഭാ തെരഞ്ഞെടുപ്പിലേറ്റ പരാജയത്തിന്റെ മുറിവുകൾ മായ്ക്കാൻ ബി ജെ പിയെ സഹായിച്ചുവെന്നാണ് ഇവരുടെ അവകാശവാദം. ഇതോടെ ബി ജെ പി ന്യൂനപക്ഷമായ പാർലമെന്റിലും അവർക്ക് മേൽക്കൈ നേടാനാകുമെന്ന പ്രതീക്ഷയാണ് പങ്കുവയ്ക്കപ്പെട്ടത്. എന്നാൽ, ലോക്സഭയിൽ തനിച്ച് ഭൂരിപക്ഷമില്ലെന്നും ചന്ദ്രബാബു നായിഡുവിന്റെ ടി ഡി പിയും നിതീഷ് കുമാറിന്റെ ജെ ഡി യുവും ഏക്നാഥ് ഷിൻഡെയുടെ ശിവസേനയും മറ്റും നൽകുന്ന നിർണ്ണായക പിന്തുണയാലാണ് സർക്കാർ മുന്നോട്ടുപോകുന്നതെന്നുമുള്ള യാഥാർത്ഥ്യം ബി ജെ പിയെയും പ്രധാനമന്ത്രി മോദിയെയും തുടർന്നും വേട്ടയാടുകയാണെന്ന് പാർലമെന്റിന്റെ ശീതകാലസമ്മേളനം ഓർമ്മിപ്പിക്കുകയാണ്.

ആർ എസ് എസിന്റെ സുപ്രധാന അജണ്ടയായ "ഒരു രാഷ്ട്രം ഒറ്റ തെരഞ്ഞെടുപ്പ്' എന്ന ലക്ഷ്യംനേടാൻ അവതരിപ്പിച്ച ബിൽ സംയുക്ത പാർലമെന്ററി സമിതിക്ക് (ജെ പി സി) വിടേണ്ടിവന്നത് മോദി സർക്കാർ പാർലമെന്റിൽ ന്യൂനപക്ഷമാണെന്ന വസ്തുതയ്ക്ക് അടിവരയിടുന്നു. സഖ്യകക്ഷികളുടെ സഹായത്തോടെ മൂന്നാമതും അധികാരമേറാനായ മോദി തുടക്കംമുതലേ നൽകിയ സന്ദേശം "ഒന്നും മാറിയിട്ടില്ല; ഞങ്ങൾ

മാറുകയുമില്ല' എന്നതായിരുന്നു. പ്രോടേം സ്പീക്കറുടെയും സ്പീക്കറുടെയും മന്ത്രിസഭാംഗങ്ങളുടെയും തെരഞ്ഞെടുപ്പുകളിലും ദേശീയ സുരക്ഷാ ഉപദേഷ്ടാവിന്റെതെരഞ്ഞെടുപ്പിലും ഈ നയമാണ് പ്രതിഫലിച്ചത്. എന്നാൽ, സർക്കാർ മുന്നോട്ടുപോകാൻ തുടങ്ങിയതോടെ ന്യൂനപക്ഷമെങ്കിലും ഭൂരിപക്ഷത്തെപ്പോലെ ഭരിക്കുമെന്ന ആഖ്യാനം പാതിവഴിക്ക് ഉപേക്ഷിക്കേണ്ടിവന്നു. നിയമനപരീക്ഷ വഴിയല്ലാതെ നേരിട്ട് ലാറ്ററൽ എൻട്രിവഴി 45 പേരെ ജോയിന്റ് സെക്രട്ടറി ഡെപ്യൂട്ടി ഡയറക്ടർ റാങ്കിൽ നിയമിക്കാനുള്ള നീക്കം പ്രഖ്യാപിച്ച് മൂന്നു ദിവസത്തിനകം ഉപേക്ഷിക്കേണ്ടിവന്നു. അതുപോലെ വഖഫ് ഭേദഗതി ബിൽ സഖ്യകക്ഷികളുടെ എതിർപ്പിനെത്തുടർന്ന് പാസാക്കാൻ കഴിയാതെ ജെ പി സിക്ക് വിട്ടു. ഗോദി മീഡിയയിൽനിന്ന് വ്യത്യസ്തമായി മോദി സർക്കാരിനെ വിമർശിക്കാൻ ധൈര്യംകാട്ടുന്ന യുട്യൂബർമാരെയും യുട്യൂബ് ചാനലുകളെയും നിയന്ത്രിക്കാൻ കൊണ്ടുവന്ന ബ്രോഡ്കാസ്റ്റിങ് സർവ്വീസ് നിയന്ത്രണ ബില്ലും പ്രതിപക്ഷത്തിന്റെ ശക്തമായ എതിർപ്പിനെത്തുടർന്ന് മാറ്റിവയ്ക്കേണ്ടിവന്നു. ഇപ്പോഴിതാ ഒരു രാഷ്ട്രം ഒറ്റ തെരഞ്ഞെടുപ്പ് സംബന്ധിച്ച് പാർലമെന്റിൽ അവതരിപ്പിച്ച ഭരണഘടനാ ഭേദഗതി ബില്ലും പാസാക്കാൻപോലും ശ്രമിക്കാതെ ജെ പി സിയുടെ പരിഗണനയ്ക്ക് വിടേണ്ടിവന്നു.

ലോക്സഭ–നിയമസഭാ തെരഞ്ഞെടുപ്പുകൾ ഒന്നിച്ച് നടത്താനുള്ള 129–ാം ഭരണഘടനാ ഭേദഗതിബില്ലും കേന്ദ്രഭരണ പ്രദേശങ്ങളിലെ തെരഞ്ഞെടുപ്പുകൾകൂടി ലോക്സഭാ തെരഞ്ഞെടുപ്പിനൊപ്പം നടത്താനുള്ള ഭേദഗതിബില്ലുമാണ് നിയമമന്ത്രി അർജ്ജുൻ റാം മേഘ് വാൾ അവതരിപ്പിച്ചത്. ഭരണഘടനാഭേദഗതിക്ക് ആവശ്യമായ അംഗബലം ലോക്സഭയിൽ മോദി സർക്കാരിനില്ലെന്ന് ബില്ലുകൾക്ക് അവതരണാനുമതി നേടിയ ഘട്ടത്തിൽത്തന്നെ ബോദ്ധ്യപ്പെട്ടു. ഭരണഘടനാ ഭേദഗതി പാസാക്കാൻ മൂന്നിൽരണ്ട് ഭൂരിപക്ഷമായ 362 എം പിമാരുടെ പിന്തുണ ലഭിക്കണം. എന്നാൽ, എൻ ഡി എയ്ക്ക് 293 അംഗങ്ങളുടെ പിന്തുണ മാത്രമേയുള്ളൂ. എൻ ഡി എയുടെ ഭാഗമല്ലാത്ത വൈ എസ് ആർ കോൺഗ്രസിന്റെ നാലും അകാലിദളിന്റെ ഏകഅംഗവും പിന്തുണച്ചാൽപ്പോലും 300 കടക്കില്ല. വോട്ടിനിട്ടപ്പോൾ 269 പേരുടെ പിന്തുണ മാത്രമാണ് എൻ ഡി എയ്ക്ക് ലഭിച്ചത്. 198 പേർ എതിർത്തു. വിപ്പ് നൽകിയിട്ടും 20 ബി ജെ പി എം പിമാർ വിട്ടുനിന്നു. ബിൽ നിയമമാക്കുന്നതിൽനിന്ന് പിന്നോട്ടുപോകില്ലെന്ന് ആവർത്തിച്ച പ്രധാനമന്ത്രി മോദിപോലും അവതരണവേളയിൽ ലോക്സഭയിൽ ഉണ്ടായിരുന്നില്ല. ബിൽ പാസാക്കാൻ കഴിയാത്തതിലുള്ള ജാള്യത മറയ്ക്കാനാണ് പ്രധാനമന്ത്രി വിട്ടുനിന്നത്. വിട്ടുനിന്ന ബി ജെ പി എം പിമാർക്കെതിരെ കർശന നടപടിയെടുക്കുമെ

ന്ന് ബി ജെ പി അറിയിച്ചെങ്കിലും പ്രധാനമന്ത്രി, മന്ത്രിമാരായ നിതിൻ ഗഡ്കരി, ജ്യോതിരാദിത്യ സിന്ധ്യ, ഗിരിരാജ്സിങ്, സി ആർ പാട്ടീൽ എന്നിവരുടെ അസാന്നിദ്ധ്യം നടപടി എടുക്കാൻപോലും കഴിയാത്ത സ്ഥിതി സംജാതമാക്കി.

ചെലവുചുരുക്കാൻ വേണ്ടിയാണ് എല്ലാ തെരഞ്ഞെടുപ്പുകളും ഒന്നിച്ച് നടത്തുന്നത് എന്നാണ് ബി ജെ പി അവകാശപ്പെടുന്നത്. എന്നാൽ, ഇതുകൊണ്ട് എത്രപണം ലാഭിക്കാമെന്ന ധനപരമായ പ്രസ്താവനയൊന്നും ബിൽ മുന്നോട്ടുവയ്ക്കുന്നില്ല. ബില്ലിന് ശുപാർശചെയ്ത രാംനാഥ് കോവിന്ദ് കമ്മിറ്റിയും എത്രപണം ലാഭിക്കാം എന്നതുസംബന്ധിച്ച പ്രസ്താവന നടത്തുന്നില്ല. ഇതിൽനിന്ന് വ്യക്തമാകുന്നത് ധനലാഭമല്ല, മറിച്ച് സംഘപരിവാറിന്റെ പ്രത്യയശാസ്ത്ര അജണ്ടയുടെ ഭാഗമാണ് ബിൽ എന്നാണ്. ‘ഒരു രാഷ്ട്രം ഒരു മതം, ഒരു രാഷ്ട്രം ഒരു ഭാഷ, ഒരു രാഷ്ട്രം ഒറ്റ തെരഞ്ഞെടുപ്പ്, ഒരു രാഷ്ട്രം ഒരു നേതാവ്’’ തുടങ്ങിയവയിലൂടെ വൈവിദ്ധ്യങ്ങൾ ഇല്ലാതാക്കി ഏകാത്മകതയും അതുവഴി സ്വേച്ഛാധിപത്യവും ലക്ഷ്യമാക്കിയാണ് ബി ജെ പി നീങ്ങുന്നത്. അതിന്റെ ഭാഗമാണ് ഈ ബിൽ അവതരണം. പ്രതിപക്ഷം പ്രധാനമായും ഉന്നയിക്കുന്ന വിമർശങ്ങളിൽ ഒന്നും ഇതുതന്നെ. ഭരണഘടനയെത്തന്നെ തകർക്കുക എന്നത് ലക്ഷ്യമാക്കിയാണ് ‘ഒരു രാഷ്ട്രം ഒറ്റ തെരഞ്ഞെടുപ്പ്’’ എന്ന ബിൽ. അതോടൊപ്പം ഭരണഘടനയുടെ അടിസ്ഥാന സ്വഭാവമായ ഫെഡറൽ തത്വങ്ങളുടെ ലംഘനവും പ്രതിപക്ഷം ഈ നീക്കത്തിനുപിന്നിൽ കാണുന്നു. 1973 ലെ കേശവാനന്ദ ഭാരതി കേസിലാണ് സുപ്രീംകോടതി ഭരണഘടനയിലെ അടിസ്ഥാന തത്വങ്ങളിൽ മാറ്റംവരുത്താൻ അവകാശമില്ലെന്ന് പറഞ്ഞത്. അതായത് ഭരണഘടനയുടെ അടിസ്ഥാനതത്വങ്ങളിലൊന്നായ ഫെഡറൽ സ്വഭാവത്തെ കാറ്റിൽപ്പറത്തുന്ന ഭേദഗതി കൊണ്ടുവരാൻ പാർലമെന്റിന് അധികാരമില്ലെന്ന പ്രതിപക്ഷവാദത്തിന്റെ അടിസ്ഥാനവും ഇതാണ്. വോട്ടിൽ ലക്ഷ്യമിട്ട് വനിതാ സംവരണ ബിൽ പാസാക്കിയിട്ടും അത് നടപ്പാക്കാൻ ശുഷ്കാന്തികാട്ടാത്ത മോദി സർക്കാരാണ് പാസാകില്ലെന്നറിഞ്ഞിട്ടും അവരുടെ പ്രത്യയശാസ്ത്ര അജണ്ടയുടെ ഭാഗമായ "ഒരു രാഷ്ട്രം ഒരു തെരഞ്ഞെടുപ്പ്" ബിൽ അവതരിപ്പിച്ചത്. സാമ്പത്തികവളർച്ചയിലുണ്ടായ മുരടിപ്പ്, മണിപ്പൂർ വിഷയം, അദാനിയുമായി ബന്ധപ്പെട്ട അഴിമതി ആരോപണം എന്നിവയിൽനിന്ന് ശ്രദ്ധ തിരിച്ചുവിടാനാണ് ധൃതിപിടിച്ച് ഈ വിവാദ ബില്ലുമായി മോദി സർക്കാർ രംഗത്തെത്തിയിട്ടുള്ളത്.

പാർലമെന്റിൽ പ്രതിപക്ഷത്തിന്റെ കരുത്ത് ബോദ്ധ്യപ്പെടുന്ന മറ്റൊരു സന്ദർഭംകൂടിയുണ്ടായി. അത് മന്ത്രിസഭയിലെ രണ്ടാമനും ആഭ്യന്തരമന്ത്രിയുമായ അമിത് ഷാ ഭരണഘടനാ ശിൽപ്പി അംബേദ്കറെ

അവഹേളിച്ചതാണ്. ഭരണഘടനാ നിർമ്മാണത്തിന് 75 വർഷം പൂർത്തിയാകുന്നവേളയിൽ പാർലമെന്റിൽ നടന്ന ചർച്ചയ്ക്ക് രാജ്യസഭയിൽ മറുപടി പറയവേയാണ് ഭരണഘടനയോടും അതിന്റെ ശിൽപ്പിയോടുമുള്ള എതിർപ്പ് അമിത്ഷായുടെ നാവിലൂടെ പുറത്തുവന്നത്. "അംബേദ്കർ അംബേദ്കർ... (ആറു തവണ) എന്ന് പറയുന്നത് ഇപ്പോൾ ചിലർക്കൊരു ഫാഷനായിട്ടുണ്ട്. അത്രയുംവട്ടം ദൈവനാമം ഉച്ചരിച്ചിരുന്നെങ്കിൽ നേരിട്ട് സ്വർഗ്ഗപ്രവേശം ലഭിക്കുമായിരുന്നു" എന്നാണ് അമിത്ഷാ പറഞ്ഞത്. സവർണ്ണമേധാവിത്വം അരക്കിട്ടുറപ്പിക്കുന്ന മനുസ്മൃതി ഭരണഘടനയാക്കണമെന്ന് സംഘപരിവാർ വാദിക്കുമ്പോൾ ജാതിവ്യവസ്ഥ അടിച്ചേൽപ്പിക്കുന്ന മനുസ്മൃതി കത്തിക്കാൻ ആഹ്വാനം ചെയ്തയാളാണ് അംബേദ്കർ. അദ്ദേഹം നിർമ്മിച്ച ഭരണഘടന ഹിന്ദുവിരുദ്ധമാണെന്നും അതിനാൽ മനുസ്മൃതി അതിനു പകരംവയ്ക്കണമെന്നുമുള്ള പ്രമേയംപോലും 1992 ൽ വി എച്ച് പി സംഘടിപ്പിച്ച ധർമ്മസൻസദിൽ പാസാക്കുകയുണ്ടായി. ബി ജെ പിയുടെ ഈ ഉള്ളിലിരിപ്പ് അമിത്ഷായുടെ നാവിലൂടെ പുറത്തുചാടിയതോടെ വൻപ്രതിഷേധമാണ് രാജ്യമെങ്ങും ഉയർന്നത്.

ഭരണഘടന മാറ്റിയെഴുതാൻ നാന്നൂറിലധികം സീറ്റ് വേണമെന്ന മോദിയുടെ മുദ്രാവാക്യമാണ് ലോക്സഭാ തെരഞ്ഞെടുപ്പിൽ ദളിത്-പിന്നോക്ക വിഭാഗത്തെ ബി ജെ പിക്കെതിരെ വോട്ട് ചെയ്യാൻ പ്രേരിപ്പിച്ചത്. അമിത്ഷായുടെ അംബേദ്കർ വിരുദ്ധ പരാമർശവും അതിനെ ന്യായീകരിച്ച് പ്രധാനമന്ത്രി മോദിതന്നെ രംഗത്തുവന്നതും ബി ജെ പി ഏതുപക്ഷത്താണെന്ന് മനസ്സിലാക്കാൻ സഹായിക്കുന്നതാണ്. സംവരണത്തിനെതിരെ ആർ എസ് എസ് മേധാവി മോഹൻ ഭാഗവത് നടത്തിയ പരാമർശവും ഇതോടൊപ്പം ചേർത്തുവായിക്കേണ്ടതാണ്. ഭരണഘടനാ ശിൽപ്പിയെ പാർലമെന്റിൽ അവഹേളിച്ച, അപഹസിച്ച അമിത്ഷായ്ക്ക് ആഭ്യന്തരമന്ത്രി സ്ഥാനത്ത് തുടരാൻ ഒരവകാശവുമില്ല. ഈ വിഷയത്തിൽ ശക്തമായ പ്രതിഷേധമുയർത്താൻ എല്ലാ ജനവിഭാഗങ്ങളും മുന്നോട്ട് വരണമെന്ന് അഭ്യർത്ഥിക്കുന്നു.

കേന്ദ്ര അവഗണനയും വയനാടിന്റെ ദുരന്തവും

മോദി സർക്കാർ കേരളത്തോട് കാണിക്കുന്ന അവഗണനയ്ക്ക് ആക്കംകൂട്ടുകയാണ്. അതിനെതിരായി ശക്തമായ ജനകീയ പ്രക്ഷോഭം ഉയർന്നുവരേണ്ടതുണ്ട്. ചൂരൽമല ദുരന്തത്തിൽപ്പോലും കേന്ദ്രസർക്കാർ കാണിക്കുന്ന അവഗണന, മനുഷ്യത്വത്തിന്റെ കണിക അവശേഷിക്കുന്നവർക്കുപോലും അംഗീകരിക്കാൻ പറ്റുന്നതല്ല. ഇത്തരമൊരു അവഗണന തികച്ചും രാഷ്ട്രീയമായ കാരണങ്ങൾക്കൊണ്ടാണെന്നത് വ്യക്തമാണ്. എന്തുകൊണ്ടാണ് ഇത്തരമൊരു സ്ഥിതിവിശേഷമുണ്ടാകുന്നതെന്ന് പരിശോധിച്ചാൽ പ്രധാനമായും മൂന്ന് കാരണങ്ങൾ കാണാം:

1. കേന്ദ്രം ഭരിക്കുന്ന ബി ജെ പിയുടെ കാഴ്ചപ്പാട് പ്രകാരം ആഭ്യന്തര ശത്രുക്കളിൽ ഒന്നായ കമ്യൂണിസ്റ്റ് പാർട്ടിയുടെ നേതൃത്വത്തിലുള്ള സർക്കാരാണ് കേരളം ഭരിക്കുന്നത്.

2. കേന്ദ്രഭരണകക്ഷിയുടെ മുഖമുദ്രയായ വർഗ്ഗീയതയെ മതനിരപേക്ഷതയുടെ കൊടി ഉയർത്തി പ്രതിരോധിക്കുന്ന സർക്കാരുകളിൽ ഒന്നാണ് കേരളത്തിലേത്.

3. കോർപ്പറേറ്റ് അനുകൂല നിയോലിബറൽ സാമ്പത്തിക നയത്തിനെതിരെ ജനക്ഷേമത്തിലും വികസനത്തിലും ഊന്നിയ ബദൽ സാമ്പത്തികനയം കേരളം മുന്നോട്ടുവെക്കുന്നു.

കേരളത്തിനോടുള്ള അവഗണനയ്ക്ക് നീണ്ട ചരിത്രമുണ്ട്. എന്നാൽ ഇപ്പോഴത് കൂടുതൽ രൂക്ഷമായിരിക്കുകയാണ്. മുൻകാലത്ത് ഈ അവഗണനയുണ്ടാകുമ്പോഴും സംസ്ഥാനങ്ങൾക്ക് പിടിച്ചുനിൽക്കാൻ കഴിയുന്ന

ത് വിഭവസമാഹരണത്തിനുള്ള സാദ്ധ്യതകൾ സംസ്ഥാന സർക്കാരിന് ഉണ്ടായിരുന്നുവെന്നതുകൊണ്ടാണ്.

ജി എസ് ടി വന്നതോടെ ആ സാദ്ധ്യതയും അടഞ്ഞുപോയി. അത്തരമൊരു ഘട്ടത്തിൽ കേന്ദ്രത്തിന്റെ സഹായം ന്യായമായും ലഭിക്കുകയെന്നത് പ്രധാനമാണെന്നു കാണാം. എന്നാൽ കേരളം തുടർച്ചയായി അവഗണിക്കപ്പെടുകയാണ്.

പന്ത്രണ്ടാം ധനകമ്മീഷന്റെ കാലത്ത് കേരളത്തിലെ തദ്ദേശസ്ഥാപനങ്ങൾക്കുള്ള വിഹിതം 4.54 ശതമാനമായിരുന്നത് പതിനഞ്ചാം ധനകമ്മീഷൻ ആകുമ്പോഴേക്കും 2.68 ശതമാനമായാണ് കുറഞ്ഞത്.

1.86 ശതമാനത്തിന്റെ കുറവാണുണ്ടായത്. ഏകദേശം പകുതിയായാണ് വിഹിതം വെട്ടിക്കുറച്ചത്. ബി ജെ പി ഭരണം നടത്തുന്ന യു പിക്ക് രണ്ടര ശതമാനത്തിലധികം വർദ്ധിപ്പിച്ച് 16.05 ശതമാനം വിഹിതം നൽകുമ്പോഴാണ് കേരളത്തോട് ഈ കടുത്ത വിവേചനം.

കേരളത്തോട് തുടരുന്ന അവഗണനയുടെ അപ്രതീക്ഷിതമായ പതിപ്പാണ് വയനാട് ദുരന്തത്തോട് കേന്ദ്രം കാണിച്ചത്. കേരളം ഇതുവരെ നേരിടാത്തത്ര വ്യാപ്തിയുള്ള പ്രകൃതിദുരന്തമാണ് 2024 ജൂലൈ 30 ന് വയനാട്ടിലുണ്ടായത്.

രണ്ട് ഉരുൾപൊട്ടലുകളിലായി ചൂരൽമലയിലെയും മുണ്ടക്കൈയിലെയും അട്ടമലയിലെയും പുഞ്ചിരിമട്ടത്തെയും ജനവാസകേന്ദ്രങ്ങൾ ചരിത്രത്തിന്റെ ഭാഗമായി.

ഇവിടെയുണ്ടായ ഉരുൾപൊട്ടൽ അത്യുഗ്രമായ ബോംബ് സ്ഫോടനത്തിന് സമാനമാണെന്നാണ് ജിയോളജിക്കൽ സർവ്വേ ഓഫ് ഇന്ത്യ തന്നെ അഭിപ്രായപ്പെട്ടത്.

ഈ ജലബോംബിൽ പ്രദേശത്തെ ജനവാസകേന്ദ്രങ്ങൾ പൂർണ്ണമായും ഒലിച്ചുപോയി. രക്ഷിതാക്കളെ നഷ്ടപ്പെട്ടവർ, മക്കളെ നഷ്ടപ്പെട്ടവർ, ഭർത്താവിനെ/ഭാര്യയെ നഷ്ടപ്പെട്ടവർ, രക്ഷിതാക്കളെയും സഹോദരങ്ങളെയും നഷ്ടപ്പെട്ട് അനാഥരായ കുട്ടികൾ, ജീവിത സമ്പാദ്യം മുഴുവൻ ഒരുപിടി മണ്ണായി മാറുന്ന രംഗം വേദനയോടെ കണ്ടുനിൽക്കേണ്ടിവന്ന ഹതഭാഗ്യർ.

സ്ഥലം സന്ദർശിച്ച എനിക്ക് കാണാനായത് ദുരന്തഭൂമിയിലെ വേദനാജനകമായ കാഴ്ചകളായിരുന്നു. വീടുകളും കടകളും ഇതരസ്ഥാപനങ്ങളും മാത്രമല്ല ചൂരൽമലയിലെ ശിവക്ഷേത്രവും മുണ്ടക്കൈയിലെ മുസ്ലിം പള്ളിയും ഉരുളെടുത്തു. വയനാട് അക്ഷരാർത്ഥത്തിൽ ഒരു കണ്ണീർച്ചാലായി മാറി.

ദുരന്തമുണ്ടായി പത്താംദിവസം തന്നെ കേന്ദ്രസംഘം ദുരന്തബാധിത മേഖല സന്ദർശിച്ചതാണ്. പതിനൊന്നാം ദിവസം പ്രധാനമന്ത്രി

നരേന്ദ്രമോദിയും സംഭവസ്ഥലം സന്ദർശിച്ചു. കേരളത്തിനൊപ്പം ഉണ്ടാകും എന്ന് പ്രഖ്യാപിച്ചായിരുന്നു പ്രധാനമന്ത്രിയുടെ മടക്കം. കൽപ്പറ്റയിൽ ചേർന്ന അവലോകനയോഗത്തിൽ സഹായധനം ആവശ്യപ്പെട്ട് മുഖ്യമന്ത്രി പിണറായി വിജയൻ നിവേദനം നൽകിയിരുന്നു.

എന്നാൽ വിശദമായ നിവേദനം നൽകാൻ പ്രധാനമന്ത്രി നിർദ്ദേശിച്ചു. മുണ്ടക്കൈയിൽ ഉണ്ടായ നഷ്ടവും ദേശീയ ദുരന്ത പ്രതികരണനിധി (എൻ ഡി ആർ എഫ്) യുടെ മാനദണ്ഡങ്ങൾക്ക് അനുസൃതമായി കേരളത്തിന് ആവശ്യപ്പെടാവുന്ന തുകയും ഇനംതിരിച്ച് തയ്യാറാക്കി സംസ്ഥാന സർക്കാർ ആഗസ്റ്റ് 17 ന് കേന്ദ്രത്തിന് നൽകി. പ്രതീക്ഷിക്കുന്ന ചെലവുകളും വരാനിരിക്കുന്ന അധിക ചെലവുകളുമടക്കം ഉൾപ്പെടുത്തി ദുരിതാശ്വാസ പ്രവർത്തനങ്ങൾക്കായി 1202 കോടി രൂപയുടെ പ്രാഥമിക സഹായമാണ് കേരളം ആവശ്യപ്പെട്ടത്. കേന്ദ്രസഹായം വൈകരുതെന്നും വയനാടിനായി എന്തെങ്കിലും ഉടൻ ചെയ്യണമെന്നും കേരള ഹൈക്കോടതി ആവശ്യപ്പെട്ടിട്ടും കേന്ദ്രം അനങ്ങിയില്ല.

സഹായം വൈകുന്നത് പുനരധിവാസ പ്രവർത്തനങ്ങളെ ദോഷകരമായി ബാധിക്കുമെന്ന ഹൈക്കോടതിയുടെ മുന്നറിയിപ്പുപോലും മോദി സർക്കാർ ചെവിക്കൊണ്ടില്ല. ദേശീയ ദുരന്ത പ്രതികരണനിധിയിൽ നിന്നും പ്രധാനമന്ത്രിയുടെ ദുരിതാശ്വാസനിധിയിൽനിന്നും കേരളത്തിന് പണം നൽകാമായിരുന്നിട്ടും മോദി സർക്കാർ അതിന് തയ്യാറായില്ല.

ഹൈക്കോടതിയുടെ നിർദ്ദേശം പാലിക്കാത്ത മോദി സർക്കാർ കേരള നിയമസഭയുടെ, അതായത് കേരളത്തിലെ ജനങ്ങളുടെ ആവശ്യത്തെയും കേട്ടതായി നടിച്ചിട്ടില്ല. ഒക്ടോബർ 14 നാണ് കേരള നിയമസഭ ഒറ്റക്കെട്ടായി മുണ്ടക്കൈ ദുരന്തബാധിതർക്ക് അടിയന്തര സാമ്പത്തിക സഹായം നൽകണമെന്ന് കേന്ദ്രത്തോട് ആവശ്യപ്പെട്ടത്.

ദുരന്തബാധിതരുടെ വായ്പ പൂർണ്ണമായും എഴുതിത്തള്ളണമെന്നും നിയമസഭ ആവശ്യപ്പെടുകയുണ്ടായി. ഹൈക്കോടതിയും നിയമസഭയും ആവശ്യപ്പെട്ടിട്ടും മോദി സർക്കാർ സഹായം നൽകാൻ തയ്യാറാകാത്തത് ദുരന്തബാധിതരെ അപമാനിക്കലല്ലാതെ മറ്റൊന്നുമല്ല.

പ്രകൃതിദുരന്തങ്ങളുണ്ടായ മറ്റ് സംസ്ഥാനങ്ങളെ സഹായിക്കാൻ തയ്യാറായ കേന്ദ്രസർക്കാർ കേരളത്തോട് അവഗണനയാണ് കാണിച്ചത്. മഴക്കെടുതിയുണ്ടായ ത്രിപുരയ്ക്ക് 40 കോടി രൂപയും പ്രളയമുണ്ടായ ആന്ധ്രപ്രദേശിനും തെലങ്കാനയ്ക്കുമായി 3,448 കോടി രൂപയും നൽകി. ഈ സംസ്ഥാനങ്ങൾ ഔദ്യോഗികമായി സഹായം അഭ്യർത്ഥിക്കാൻ പോലും കാത്തുനിൽക്കാതെയാണ് കേന്ദ്രം സഹായം അനുവദിച്ചത്.

കേരളം സഹായ അഭ്യർഥന രേഖാമൂലം നൽകിയിട്ടും ഒരു പൈസ പോലും അനുവദിച്ചില്ല. ദുരന്തം സംഭവിക്കുന്നതിനുമുമ്പുതന്നെ മുൻകരുത

ലായി ബിഹാറിന് 11,500 കോടി രൂപ സഹായമായി പ്രഖ്യാപിച്ചു.

ദുരന്തമുണ്ടായാലും ഇല്ലെങ്കിലും സംസ്ഥാനങ്ങൾക്ക് നൽകേണ്ട, ദുരന്തമുണ്ടാകുമ്പോൾ വേഗത്തിൽ നൽകിയിരുന്ന തുകയാണ് എൻ ഡി ആർ എഫ് ഫണ്ട്. ഇത് പൂർണ്ണമായും കേന്ദ്രമാണ് നൽകുന്നത്. സാധാരണ നിലയിൽ സംസ്ഥാനങ്ങൾക്ക് കിട്ടേണ്ട വിഹിതമാണ് എസ് ഡി ആർ എഫ്. എസ് ഡി ആർ എഫിൽ 75 ശതമാനം കേന്ദ്ര വിഹിതവും 25 ശതമാനം സംസ്ഥാന വിഹിതവുമാണ്.

2021 – 26 വർഷത്തേക്കുള്ള കേരളത്തിന്റെ എസ് ഡി ആർ എഫ് വിഹിതം 1,852 കോടി രൂപയാണ്. എല്ലാ ജൂൺ മാസവും ആ വർഷ ത്തേക്കുള്ള ആദ്യവിഹിതം നൽകും.

ഡിസംബറിൽ രണ്ടാം ഗഡുവും നൽകും. ഈ കാലയളവിൽ ആന്ധ്ര പ്രദേശിന് 6,591 കോടി രൂപയും ഗുജറാത്തിന് 7,802 കോടി രൂപയും യു പിക്ക് 11,369 കോടി രൂപയുമാണ് കേന്ദ്രം നൽകുന്ന എസ് ഡി ആർ എഫ് വിഹിതം. കേരളത്തിന് 2024–25 സാമ്പത്തിക വർഷത്തിൽ ലഭിക്കേണ്ട 291 കോടി രൂപയിൽ ആദ്യഗഡുവായ 145.6 കോടി രൂപ മാത്രമാണ് ഇതുവരെ നൽകിയത്. വയനാട് ദുരന്തമുണ്ടായിട്ടും രണ്ടാം ഗഡു പിടിച്ചുവെച്ചു.

സാമ്പത്തിക സഹായം നൽകിയില്ല എന്നതുപോട്ടെ, ദുരന്തത്തി ന്റെ ഉത്തരവാദിത്വം സംസ്ഥാന സർക്കാരിന്റെ തലയിൽ കെട്ടിവയ്ക്കാനു ള്ള കൊണ്ടുപിടിച്ച ശ്രമവും നടന്നു. ദുരന്തമുണ്ടായി തൊട്ടടുത്ത ദിവസം തന്നെ പാർലമെന്റിന്റെ ഇരുസഭകളിലും ആഭ്യന്തരമന്ത്രി അമിത്ഷാ നടത്തിയ പ്രസ്താവന ഇതിനുദാഹരണമാണ്.

അതിശക്തമായ മഴ ഉണ്ടാകുമെന്ന മുന്നറിയിപ്പ് ഒരാഴ്ചമുമ്പുതന്നെ നൽകിയിരുന്നുവെന്നും അതനുസരിച്ചുള്ള മുൻകരുതൽ സംസ്ഥാന സർക്കാർ എടുത്തില്ലെന്നുമാണ് അമിത്ഷാ പറഞ്ഞത്. ദുരന്തമുഖത്ത് നിൽക്കുന്ന സംസ്ഥാനത്തെ കുറ്റപ്പെടുത്തി, മനോവീര്യവും ആത്മവിശ്വാ സവും കെടുത്തി രക്ഷാപ്രവർത്തനത്തെപ്പോലും അവതാളത്തിലാക്കാൻ ഉദ്ദേശിച്ചുള്ള മനുഷ്യത്വഹീനമായ സമീപനമാണ് അമിത് ഷായിൽ നിന്നും ഉണ്ടായത്. ഏതുകാര്യത്തിലും എൽ ഡി എഫ് സർക്കാരിനെ കണ്ണിൽച്ചോരയില്ലാതെ വിമർശിക്കുന്ന *മലയാളമനോരമയ്ക്ക്* പോലും അമിത്ഷായുടെ പ്രസ്താവന തെറ്റാണെന്ന് പറയേണ്ടിവന്നു. അവർ ആഗസ്റ്റ് 2 ന് പ്രസിദ്ധീകരിച്ച റിപ്പോർട്ട് ഇങ്ങനെ 'വയനാട്ടിൽ ഉരുൾപൊട്ടിയതിന്റെ തലേന്ന് (ജൂലായ് 29) കേന്ദ്രകാലാവസ്ഥാ വകുപ്പ് (ഐ എം ഡി) നൽകിയ ഓറഞ്ച് അലർട്ടിന്റെ അർത്ഥം 'കരുതിയിരി ക്കുക' എന്നാണെന്ന് ഐ എം ഡി മേധാവി മൃത്യുഞ്ജയ് മൊഹാപാത്ര വ്യക്തമാക്കി."

അതേസമയം 'റെഡ് അലർട്ട്' നൽകിയത് 30 ന് അതിരാവിലെയാണെന്നും അദ്ദേഹം വിശദീകരിച്ചു. ഉരുൾപൊട്ടൽ കഴിഞ്ഞാണ് റെഡ് അലർട്ട് ലഭിച്ചതെന്ന ചുരുക്കം. ദുരന്തത്തിന് മുൻപ് ഒരുതവണ പോലും റെഡ് അലർട്ട് നൽകിയില്ലെന്ന മുഖ്യമന്ത്രി പിണറായി വിജയന്റെ വാദത്തെ ശരിവയ്ക്കുന്നതാണ് ഐ എം ഡി മേധാവിയുടെ മറുപടി.

ജിയോളജിക്കൽ സർവ്വേ ഓഫ് ഇന്ത്യ മണ്ണിടിച്ചിൽ സാദ്ധ്യതയോ കേന്ദ്ര ജല കമ്മീഷൻ പ്രളയമുന്നറിയിപ്പോ നൽകിയിരുന്നില്ലെന്നും മുഖ്യമന്ത്രി വ്യക്തമാക്കുകയുണ്ടായി. കേന്ദ്രസ്ഥാപനങ്ങളുടെ മഴ, മണ്ണിടിച്ചിൽ മുന്നറിയിപ്പുകളുടെ കൃത്യതയില്ലായ്മയിലേക്കാണ് മുഖ്യമന്ത്രി വിരൽചൂണ്ടിയത്.

തെറ്റ് സമ്മതിച്ച് കേരളത്തോട് മാപ്പുപറയുന്നതിനുപകരം കുറ്റം സംസ്ഥാന സർക്കാരിനു മാത്രമാണെന്ന് വരുത്തിത്തീർക്കാനുള്ള കുത്സിതശ്രമങ്ങളാണ് കേന്ദ്രത്തിൽനിന്ന് തുടർന്നുണ്ടായത്.

അതിനുദാഹരണമാണ് കേന്ദ്ര പരിസ്ഥിതി വനം കാലാവസ്ഥാമാറ്റ വകുപ്പ് മന്ത്രി ഭൂപേന്ദ്ര യാദവിന്റെ ആരോപണം. പരിസ്ഥിതിലോല പ്രദേശത്ത് കുടിയേറ്റവും അനധികൃത ക്വാറികൾ പ്രവർത്തിക്കാൻ അനുവദിച്ചതുമാണ് ദുരന്തത്തിന് കാരണമായതെന്ന വാദവുമായാണ് ഈ മന്ത്രി രംഗപ്രവേശം ചെയ്തത്.

ആഗോളതാപനവും വർദ്ധിച്ചുവരുന്ന സമുദ്ര താപനിലയും ഉഷ്ണതരംഗവും മിന്നൽ പ്രളയവും മേഘവിസ്ഫോടനവും ഉൾപ്പെടെ പുതിയ കാലാവസ്ഥാ മാറ്റങ്ങളാണ് വൻ പ്രകൃതിദുരന്തങ്ങൾക്ക് വഴിവെക്കുന്നതെന്ന വസ്തുത മറച്ചുപിടിച്ച് ഒരു ക്വാറിയും ചെറിയതുണ്ടു ഭൂമിയിൽ ജീവിക്കുന്ന എസ്റ്റേറ്റ് തൊഴിലാളികളും സാധാരണ മനുഷ്യരുമാണ് ദുരന്തത്തിന്റെ കാരണക്കാർ എന്ന് ആരോപിക്കുന്നത് ദുഷ്ടലാക്കോടെയാണ്.

ഉരുൾപൊട്ടലിന്റെ ഉത്തരവാദിത്വം പാവപ്പെട്ട തൊഴിലാളികളുടെ തലയിൽ കെട്ടിവെക്കുന്ന കേന്ദ്രമന്ത്രിയുടെ സമീപനത്തെ മനുഷ്യത്വമുള്ള ആർക്കും അംഗീകരിക്കാനാവില്ല.

ദുരന്തത്തിനിരയായ മനുഷ്യരെ സഹായിക്കേണ്ട കേന്ദ്രം അവരെ അപമാനിക്കുകയാണ്. കേന്ദ്ര മന്ത്രിസഭയിലെ രണ്ടാമന്റെ തെറ്റായ പ്രസ്താവനയ്ക്ക് ന്യായീകരണം നിർമ്മിച്ചെടുക്കാനായിട്ടായിരിക്കണം ദുരന്തത്തിന്റെ കാരണം കേരള സർക്കാരിന്റെ തെറ്റായ നയങ്ങളാണെന്ന് സ്ഥാപിക്കുന്ന ലേഖനങ്ങളും റിപ്പോർട്ടുകളും കെട്ടിച്ചമയ്ക്കാൻ ഭൂപേന്ദ്രയാദവിന്റെ മന്ത്രാലയം പ്രസ് ഇൻഫർമേഷൻ ബ്യൂറോ വഴി ശ്രമിച്ചത്.

ദ ന്യൂസ് മിനിറ്റ് എന്ന ഓൺലൈൻ മാധ്യമമാണ് ഈ വാർത്ത പുറത്തുവിട്ടത്. നിരവധി ശാസ്ത്രജ്ഞരെയും ഗവേഷകരെയും മാധ്യമ പ്രവർത്തകരെയും ഇതിനായി സമീപിച്ചെങ്കിലും വിജയിച്ചില്ലെന്നാണ് റി

പ്പോർട്ട്.

ക്വാറികളാണ് ഉരുൾപൊട്ടലിന് കാരണമാകുന്നതെന്ന വീക്ഷണം ശാസ്ത്രീയമല്ലെന്നും, സർക്കാരിന്റെ കൈവശം ഇതിന് ഉപോൽബലക മായ വസ്തുതകൾ ഉണ്ടെങ്കിൽ അത് പുറത്തുവിട്ട് സംസ്ഥാന സർക്കാ രിനോടുള്ള നിഴൽയുദ്ധം അവസാനിപ്പിക്കുകയാണ് വേണ്ടതെന്നും പി ഐ ബി സമീപിച്ചവരിൽ ചിലർ സർക്കാരിനെ ഉപദേശിച്ചതായും ന്യൂസ് മിനിറ്റ് റിപ്പോർട്ട് ചെയ്തു.

വയനാട് ദുരന്തത്തിൽ എല്ലാ കുറ്റങ്ങളും സംസ്ഥാന സർക്കാരിന്റെ തലയിൽ കെട്ടിവയ്ക്കാനാണ് മോദി സർക്കാർ ആദ്യം നോക്കിയത്. അതിൽ തികച്ചും പരാജയപ്പെടുന്ന നിലയുണ്ടായി. പിന്നീട് സാമ്പ ത്തിക സഹായം നൽകുന്ന കാര്യത്തിൽ കേന്ദ്രസർക്കാർ അനങ്ങാപ്പാറ നയം സ്വീകരിച്ചു.

ചുരുക്കത്തിൽ കേരളമെന്ന സംസ്ഥാനത്തെ ദുർബ്ബലപ്പെടുത്താൻ എങ്ങനെയൊക്കെ പറ്റുമോ അതെല്ലാം ചെയ്യുകയാണ് കേന്ദ്രസർക്കാർ. ഇതിനെതിരെ ശക്തമായ പ്രതിഷേധം ഉയർന്നുവരേണ്ടതുണ്ട്.

സിറിയൻ അട്ടിമറിയുടെ രാഷ്ട്രീയമാനം

ലോകത്തെ അത്ഭുതപ്പെടുത്തി സിറിയയിലെ ബഷാർ അൽ അസദ് ഗവൺമെന്റ് ചരിത്രത്തിന്റെ ഭാഗമായി. മേഖലയിൽ അമേരിക്കൻ ഇടപെടലിനെതിരെ നിലപാടെടുത്ത, പലസ്തീൻ ജനതയ്ക്ക് നീതി ലഭിക്കണമെന്ന ആവശ്യത്തിനൊപ്പം അടിയുറച്ചുനിന്ന മതനിരപേക്ഷ സർക്കാരായിരുന്ന അസദിന്റേത്. ഗാസയിലെ ഇസ്രയേൽ കൂട്ടക്കുരുതിയെ എതിർത്ത ഇറാന്റെ നേതൃത്വത്തിലുള്ള "പ്രതിരോധത്തിന്റെ അച്ചുതണ്ടിൽ' ഉൾപ്പെട്ട രാഷ്ട്രംകൂടിയായിരുന്നു സിറിയ. അതുകൊണ്ടുതന്നെ സിറിയയിലെ അട്ടിമറി പലസ്തീൻ ജനതയ്ക്ക് കനത്ത തിരിച്ചടിയാണ്. ഗാസയിൽ പലസ്തീൻകാരെ വംശഹത്യ ചെയ്യുന്ന ഇസ്രയേലിന് ആ കിരാതനയം തുടരാൻ പ്രചോദനം നൽകുന്നതു കൂടിയാണ് ഈ ഭരണമാറ്റം. അസദ് സർക്കാരിന് പിന്തുണ നൽകിയ റഷ്യക്കും ഇറാനും രാഷ്ട്രീയവും നയതന്ത്രപരവുമായ തിരിച്ചടി കൂടിയാണിത്. ഇസ്ലാമിക് സ്റ്റേറ്റ് (ഐ എസ്), അൽഖായ്ദ എന്നീ ഭീകരവാദ പ്രസ്ഥാനത്തിന്റെ ഭാഗമായിരുന്ന ഹയാത്ത് തഹ്രീർ അൽ ഷാം (എച്ച് ടി എസ്) സർക്കാർ അധികാരത്തിൽ വരുന്നത് ഒട്ടും പ്രതീക്ഷ നൽകുന്നതല്ല. ഐ എസിന്റെയും താലിബാന്റെയും ഭരണമാതൃക തന്നെയായിരിക്കും എച്ച്ടി എസും അന്തിമമായി പിന്തുടരാൻ പോകുന്നത്.

എന്നാൽ ഐ എസുമായും അൽഖായ്ദയുമായും ബന്ധം വിച്ഛേദിച്ച് മിതവാദികളായി മാറിയ, റീ ബ്രാൻഡ് ചെയ്യപ്പെട്ട ഭീകരവാദികളാണ് എച്ച് ടി എസ് എന്നാണ് പാശ്ചാത്യമാധ്യമങ്ങളും പശ്ചിമേഷ്യൻ

രാജാക്കന്മാരുടെ ഉടമസ്ഥതയിലുള്ള മാധ്യമങ്ങളും ഒരുപോലെ പ്രചരിപ്പിക്കുന്നത്. നേരത്തേ അമേരിക്ക (യു എന്നും) എച്ച് ടി എസ് മേധാവി അബു മൊഹമ്മദ് ജൊലാനിയെ ഭീകരവാദിയായി പ്രഖ്യാപിക്കുകയും ഇയാളെ കണ്ടെത്താൻ സഹായിക്കുന്നവർക്ക് 10 ലക്ഷം ഡോളർ പാരിതോഷികം നൽകുമെന്ന് പ്രഖ്യാപിക്കുകയും ചെയ്തിരുന്നു. എന്നാൽ അസദിനെതിരെ ആയുധമെടുത്തതോടെ ജൊലാനിയുടെ എല്ലാ പാപക്കറയും മായ്ക്കാൻ അമേരിക്ക തയ്യാറായി. അമേരിക്കയുടെ ഈ ചുവടുമാറ്റം കാണുമ്പോൾ ഓർമ്മവരുന്നത് ബിൻ ലാദനെയാണ്. സോവിയറ്റ് യൂണിയനെതിരെയും - അഫ്ഗാനിലെ നജീബുള്ള സർക്കാരിനെതിരെയും കലാപം സംഘടിപ്പിക്കുന്നതിനായി അമേരിക്ക സൃഷ്ടിച്ച ഭീകരവാദിയാണല്ലോ സൗദി അറേബ്യക്കാരനായ ബിൻ ലാദൻ. സോവിയറ്റ് യൂണിയനെതിരെ പടനയിക്കുന്ന വിപ്ലവകാരിയാണ് ബിൻ ലാദനെന്നും അദ്ദേഹത്തിന്റെ സൈന്യം സമാധാനത്തിലേക്കുള്ള പാതയാണ് തുറക്കുന്നതെന്നുമായിരുന്നു അമേരിക്കയും പാശ്ചാത്യമാധ്യമങ്ങളും അന്ന് പ്രചരിപ്പിച്ചത്. അമേരിക്കൻ ചാരസംഘടനയായ സി ഐ എ "ഓപ്പറേഷൻ സൈക്ലോൺ' എന്നപേരിൽ അഫ്ഗാനിലെ ഭരണമാറ്റം ലക്ഷ്യമാക്കി പണവും ആയുധവും നൽകി വളർത്തിയ ബിൻലാദൻ പിന്നീട് അമേരിക്കയെ ആക്രമിച്ചപ്പോൾ അദ്ദേഹം പൊടുന്നനെ കൊടുംഭീകരനായി. ഭീകരവാദത്തിനെതിരെ അമേരിക്ക യുദ്ധം പ്രഖ്യാപിച്ചു. ബിൻ ലാദനെ പാകിസ്ഥാനിൽവച്ച് വധിക്കുകയും ചെയ്തു. സൗദി അറേബ്യയിൽ ജനിച്ച ജൊലാനിയുടെ കാര്യത്തിലും ഇതാവർത്തിക്കുന്നു. 2012--13 കാലത്ത് ഒബാമ സർക്കാരാണ് സിറിയൻ ഗവൺമെന്റിനെ അട്ടിമറിക്കുക ലക്ഷ്യമാക്കി "ഓപ്പറേഷൻ ടിമ്പർ സിക്കമോ'യ്ക്ക് തുടക്കമിട്ടത്. ഇതിന്റെ ഭാഗമായി സി ഐ എ ഒഴുക്കിയ പണത്തിന്റെയും ആയുധത്തിന്റെയും ബലത്തിൽ ഉയർന്ന പ്രസ്ഥാനമാണ് എച്ച് ടി എസും ജൊലാനിയും. ആ നേതാവിനെ വെളുപ്പിച്ചെടുക്കാനാണ് ഇപ്പോൾ മാധ്യമങ്ങൾ ശ്രമിക്കുന്നത്. മലയാളം മാധ്യമങ്ങൾപോലും വിമതർ, പ്രതിപക്ഷം എന്നീ പദങ്ങളാണ് ഈ ഭീകരവാദികളെ സൂചിപ്പിക്കാൻ ഉപയോഗിക്കുന്നത്.

കഴിഞ്ഞ 10 വർഷമായി ജൊലാനിയുടെ എച്ച് ടി എസ് ഭരിക്കുന്ന ഇദ്‌ലിബിൽ താലിബാൻ മാതൃകയിലുള്ള ഭരണം തന്നെയാണ് കാഴ്ചവച്ചത്. സദാചാരക്കുറ്റം ആരോപിച്ച് മൂന്ന് സ്ത്രീകളെ കല്ലെറിഞ്ഞ് കൊന്നത് മാധ്യമങ്ങളിൽ വാർത്തയായിരുന്നു. താടിവടിച്ച പുരുഷന്മാരും സംഗീതം കേൾക്കുന്നവരും ഇവിടെ ശിക്ഷിക്കപ്പെട്ടു. മാധ്യമപ്രവർത്തകരെയും രാഷ്ട്രീയ എതിരാളികളെയും ജയിലിലടയ്ക്കുകയും ക്രൂരമായി പീഡിപ്പിക്കുകയും ചെയ്തതായി ചില മനുഷ്യാവകാശ സംഘടനകൾ പരാതിപ്പെട്ടു. അധികാരം നേടാൻ മിതവാദപാത സ്വീകരിച്ചേ

ക്കാം. എന്നാൽ അധികാരം നേടിയാൽ ഇസ്ലാമികഭരണത്തിന് അവർ ശ്രമിക്കുമെന്നതിൽ സംശയമൊന്നുമില്ല. സുന്നികളും അലാവികളും ക്രിസ്ത്യാനികളും അടങ്ങിയ വൈവിദ്ധ്യങ്ങളെ അംഗീകരിക്കുന്ന രാജ്യമല്ല ഇസ്ലാമിക രാജ്യമാണ് എച്ച് ടി എസിന്റെ ലക്ഷ്യമെന്ന് വ്യക്തം. അതായത് ഇസ്ലാമിക ജിഹാദികളെ അധികാരമേറ്റാനാണ് "ഭീകരവാദത്തിനെതിരെ യുദ്ധം പ്രഖ്യാപിച്ച്' അമേരിക്ക അഫ്ഗാനിലെന്നതുപോലെ സിറിയയിലും തയ്യാറായിട്ടുള്ളത്. അതിന് വഴിയൊരുക്കിയവരിൽ തുർക്കിയയെയും ഇസ്രയേലിനെയും കാണാം. ഇസ്ലാം താൽപ്പര്യത്തിന് നിലകൊള്ളുന്നുവെന്ന് ചിലകൂട്ടർ ചിത്രീകരിക്കുന്ന എർദോഗാനാണ് ഇസ്രയേലിനും അമേരിക്കയ്ക്കും ഒപ്പംനിന്ന്, പലസ്തീനികൾക്കുവേണ്ടി നിലകൊണ്ട അസദിനെ അട്ടിമറിക്കാൻ കൂട്ടുനിന്നത്. ഇസ്രയേലുമായി വ്യാപാരബന്ധത്തിലേർപ്പെടാനും അവർക്ക് എണ്ണ നൽകാനും എർദോഗാന് ഒരു മടിയുമില്ല എന്ന കാര്യംകൂടി അദ്ദേഹത്തെ പിന്തുണയ്ക്കുന്നവർ അറിയണം.

തുർക്കിയയുടെ നേതൃത്വത്തിലുള്ള സിറിയൻ നാഷണൽ ആർമിയാണ് മിന്നൽ വേഗത്തിലുള്ള എച്ച് ടി എസ് മുന്നേറ്റത്തിന് പിന്നിലെ ചാലകശക്തിയെന്നാണ് മാധ്യമവിശകലനങ്ങളിൽ കാണുന്നത്. ഇസ്രയേലാകട്ടെ തുടർച്ചയായി സിറിയൻ സൈനികകേന്ദ്രങ്ങളിലേക്ക് ആക്രമണം നടത്തി സിറിയൻസേനയെ ക്ഷയിപ്പിച്ചതിനൊപ്പം അസദ് സർക്കാരിന് നിർണ്ണായകപിന്തുണ നൽകിയ ലബനണിലെ ഹിസ്ബുള്ളയ്ക്കെതിരെ ആഴ്ചകൾ നീണ്ട വ്യോമാക്രമണം നടത്തി അവരുടെ പ്രഹരശേഷി ദുർബ്ബലമാക്കി. ഹിസ്ബുള്ളയെ തളർത്തിയതാണ് അസദിന്റെ പതനത്തിന് കാരണമായതെന്ന് കഴിഞ്ഞദിവസം ഇസ്രയേൽ പ്രസിഡന്റ് ബെന്യാമിൻ നെതന്യാഹുതന്നെ അവകാശപ്പെട്ടു. ഉക്രയ്ൻ യുദ്ധത്തിൽ മുഴുകിയ റഷ്യക്കും അസദിനെ സൈനികമായി സഹായിക്കുന്നതിൽ പരിമിതി ഉണ്ടായിരുന്നു. ഈ സാഹചര്യം അമേരിക്കയും ഇസ്രയേലും തുർക്കിയും സമർത്ഥമായി ഉപയോഗപ്പെടുത്തിയതാണ് അസദിന്റെ വീഴ്ചയ്ക്ക് കാരണമായത്.

പശ്ചിമേഷ്യയിൽ തങ്ങളുടെ "ഹെജിമണി'യെ ചോദ്യംചെയ്യുന്ന ശക്തികളെ തകർക്കുക എന്നത് അമേരിക്കയുടെ പ്രഖ്യാപിതപദ്ധതിയാണ്. 2007 ലാണ് അമേരിക്കൻ ജനറലും നാറ്റോ കമാന്ററുമായ വെസ്ലി ക്ലാർക്ക് ഇതുസംബന്ധിച്ച് സുപ്രധാന വെളിപ്പെടുത്തൽ നടത്തിയത്. മദ്ധ്യപൗരസ്ത്യദേശത്തെ ഏഴുരാജ്യങ്ങളിൽ ഭരണം അട്ടിമറിക്കണമെന്ന, അന്നത്തെ പ്രതിരോധസെക്രട്ടറി ഡൊണാൾഡ് റംസ് ഫീൽഡിന്റെ പദ്ധതിയെക്കുറിച്ചാണ് ക്ലാർക്ക് ഒരു അഭിമുഖത്തിൽ വെളിപ്പെടുത്തിയത്. ഇറാക്ക്, സിറിയ, ലബനൻ, ലിബിയ, സുഡാൻ, സൊമാലിയ,

ഇറാൻ എന്നീ രാജ്യങ്ങളിലാണ് അമേരിക്ക അട്ടിമറിക്ക് പദ്ധതിയിട്ടത്. അതിൽ സിറിയയിലുംകൂടി ലക്ഷ്യംകണ്ടതോടെ ഇനി ഇറാൻ മാത്രമാണ് ഈ പട്ടികയിൽ ബാക്കിയുള്ളത്. ഏകാധിപതികളെന്ന് വിശേഷിപ്പിച്ച് അമേരിക്ക "വിമോചിപ്പിച്ച' ഇറാഖിന്റെയും ലിബിയയുടെയും സ്ഥിതി ശോചനീയമാണ്. ഒരുകാലത്ത് ആഫ്രിക്കയിൽ മനുഷ്യവിഭവശേഷി സൂചികയിൽ ഏറ്റവും മുന്നിൽനിന്ന ലിബിയയിൽ ഇന്ന് ഭരണംപോലും ഇല്ലാത്ത അവസ്ഥയാണ്. ജനം പട്ടിണിയിൽ എരിപൊരി കൊള്ളുന്നു. ഇറാഖിന്റെ സ്ഥിതിയും വ്യത്യസ്തമല്ല. സിറിയയും അതേപാതയിലേക്കാണ് നയിക്കപ്പെടുന്നത്. അമേരിക്ക നടത്തുന്ന "വിമോചനം' സമ്മാനിക്കുന്നത് രാഷ്ട്രീയഅസ്ഥിരതയും ദുരിതപൂർണ്ണമായ ജീവിതവുമാണ്. അസദിന്റെ കൈകളിൽനിന്നും സിറിയയെ മോചിപ്പിച്ചതോടെ തേനും പാലും ഒഴുകുമെന്ന ആഖ്യാനമാണ് അമേരിക്കയും പാശ്ചാത്യ മാധ്യമങ്ങളും സൃഷ്ടിക്കുന്നത്. അമേരിക്ക ഏർപ്പെടുത്തിയ കടുത്ത ഉപരോധവും അവരുടെ പശ്ചിമേഷ്യൻ ചമ്മട്ടിയായ ഇസ്രയേലും നടത്തിയ തുടർച്ചയായ ബോംബാക്രമണങ്ങളുമാണ് സിറിയയിലെ ജനജീവിതം ദുസ്സഹമാക്കിയത് എന്നകാര്യം ഈ മാധ്യമങ്ങൾ കാണുന്നേയില്ല.

അസദിനെ മാറ്റുന്നതിൽ അമേരിക്കയും ഇസ്രയേലും തുർക്കിയും കൈകോർത്തുവെങ്കിലും അവരുടെ താൽപ്പര്യങ്ങൾ വ്യത്യസ്തമാണ്. ഇസ്രയേലിന്റെ കണ്ണ് ഗോലാൻ കുന്നുകളിലാണ്. 1967 ലെ യുദ്ധത്തിൽ ഗോലാൻകുന്നുകളുടെ മൂന്നിൽ രണ്ടുഭാഗം ഇസ്രയേലിന് ലഭിച്ചെങ്കിലും സിറിയയുടെ കൈവശമുള്ള മൂന്നിലൊന്ന് ഭാഗംകൂടി കൈവശപ്പെടുത്തണം. അതിന്റെ മുന്നോടിയായി ഗോലാൻകുന്നുകളിലെ ബഫർസോൺ (1974 ൽ നിലവിൽവന്നത്) ഇസ്രയേൽ കൈവശപ്പെടുത്തിയെന്നാണ് റിപ്പോർട്ടുകളിൽ കാണുന്നത്. ഇസ്രയേൽ ടാങ്കുകൾ ഡമാസ്കസിന്റെ 20 കിലോമീറ്റർ വരെയെത്തിയതായി *അൽ ഇത്തിഹാദ്* എന്ന അറബിപത്രം റിപ്പോർട്ട് ചെയ്തത് ഗൾഫിൽ ആശങ്ക വർദ്ധിപ്പിച്ചിട്ടുണ്ട്. ഈജിപ്തും ഇറാഖും അറബ്ലീഗും ഇസ്രയേലിന്റെ അധിനിവേശത്തിനെതിരെ പ്രസ്താവന ഇറക്കുകയുമുണ്ടായി.

തുർക്കിയാകട്ടെ വടക്കൻ സിറിയയിലെ കുർദുകളെ അവിടെനിന്നും ഒഴിപ്പിക്കാനാണ് ശ്രമിക്കുന്നത്. അതിനുള്ള നീക്കങ്ങൾ എർദോഗാൻ തുടങ്ങിയെന്ന് തുർക്കിയ സേനയും കുർദ്ദസേനയും (അമേരിക്ക പിന്തുണയ്ക്കുന്ന സിറിയൻ ഡെമോക്രാറ്റിക് ഫോഴ്സുമായി) മാജിബിൽ നടത്തിയ ഏറ്റുമുട്ടൽ വ്യക്തമാക്കുന്നു. ഇതേ കുർദ്ദ പ്രദേശത്തിന്റെ നിയന്ത്രണം തങ്ങൾക്ക് കൈവിടാതിരിക്കാനാണ് അമേരിക്കയുടെ ശ്രമം. അമേരിക്കയുടെ കണ്ണ് അവിടുത്തെ എണ്ണയിലാണ്. 2010 *ഫോക്സ് ന്യൂസിന്* നൽകിയ മുഖാമുഖത്തിൽ അമേരിക്കൻസേനയെ കുർദ്ദിൽ

നിർത്തുന്നത് എണ്ണ എടുക്കാനാണെന്ന് ട്രംപ് മറയില്ലാതെ വെളിപ്പെടുത്തി. ഈ രാഷ്ട്രങ്ങളുടെ താൽപ്പര്യങ്ങൾക്ക് വഴങ്ങാൻ എച്ച് ടി എസിന് കഴിയുമോ. സിറിയ കൂടുതൽ കുഴപ്പങ്ങളിലേക്കാണ് എടുത്തെറിയപ്പെടുന്നത്. രാഷ്ട്രീയ സ്ഥിരത അകലെയാണെന്നർത്ഥം.

അമേരിക്കയുടെയും ഇസ്രയേലിന്റെയും അടുത്ത നീക്കം ഇറാനെതിരെയാകുമെന്നതിൽ തർക്കമില്ല. എന്നാൽ ആണവശക്തിയായ ഇറാനെ ആക്രമിച്ചാൽ അതിന്റെ പ്രത്യാഘാതം ഭീകരമായിരിക്കും. ഇറാൻ വിരുദ്ധനായ ഡൊണാൾഡ് ട്രംപ് അടുത്തമാസം അമേരിക്കയിൽ വീണ്ടും പ്രസിഡന്റായി അധികാരമേൽക്കുമ്പോൾ ആശങ്ക വർദ്ധിക്കുകയാണ്. ലോകസമാധാനത്തിന് ഭീഷണി അമേരിക്കൻ സാമ്രാജ്യത്വം തന്നെയാണെന്ന് ഓരോ നിമിഷം കഴിയുന്തോറും വ്യക്തമാകുകയാണ്.

രാജ്യത്തിന്റെ അഖണ്ഡത അപകടത്തിൽ

മണിപ്പൂർ ഇപ്പോഴും അശാന്തമായി തുടരുകയാണ്. കലാപം നിയന്ത്രണ വിധേയമാക്കാൻ കേന്ദ്ര സർക്കാരിന് സാധിക്കുന്നില്ല. മണിപ്പൂർ കത്തിയമരുമ്പോഴും അവിടേക്ക് തിരിഞ്ഞുനോക്കാൻ പ്രധാനമന്ത്രി തയ്യാറായിട്ടില്ല. ഇതെഴുതുമ്പോൾ 11 കുക്കികളെ കേന്ദ്രസേന വധിച്ചതിന് പ്രതികാരമായി ജിരിബാമിൽനിന്ന് തട്ടിക്കൊണ്ടുപോയ എട്ടുമാസവും രണ്ടരവയസ്സുമുള്ള കുട്ടികളടക്കം ആറ് മെയ്ത്തീകളെ വധിക്കപ്പെട്ട നിലയിൽ കഴിഞ്ഞദിവസങ്ങളിൽ കണ്ടെത്തിയ വാർത്ത പുറത്തുവന്നു. മറ്റൊരു മെയ്ത്തീ യുവാവും പോലീസ് വെടിവയ്പിൽ കൊല്ലപ്പെട്ടു. ഒരുഭാഗത്ത് കൊലപാതക പരമ്പര തുടരുമ്പോൾ മറുഭാഗത്ത് മന്ത്രിമാരുടെയും രാഷ്ട്രീയ പാർട്ടികളുടെയും വീടുകളും ഓഫീസുകളും അഗ്നിക്കിരയാക്കപ്പെടുകയാണ്. മണിപ്പൂർ മുഖ്യമന്ത്രി ബിരേൻ സിങ്ങിന്റെ കുടുംബവസതി ആക്രമിക്കപ്പെട്ടു. മന്ത്രിസഭയിലെ രണ്ടാമനായ തോംഗാം ബിശ്വജിത്തിന്റെയും മൂന്നാമനായ ഗോവിന്ദാസിന്റെയും വീടുകൾക്ക് ജനക്കൂട്ടം തീയിട്ടു. ഒമ്പത് ബി ജെ പി എം എൽ എമാരുടെയും ഒരു കോൺഗ്രസ് എം എൽ എയുടെയും അടക്കം 14 എം എൽ എമാരുടെ വീടുകൾക്കു നേരെ ആക്രമണമുണ്ടായി. ഇംഫാലിൽ പ്രധാനമന്ത്രി നരേന്ദ്ര മോദിയുടെയും മുഖ്യമന്ത്രി ബിരേൻസിങ്ങിന്റെയും പരസ്യഹോർഡിങ്ങുകളും ജനക്കൂട്ടം തകർത്തു. ജിരിബാമിൽ സി ആർ പി എഫ് നടത്തിയ വെടിവയ്പിൽ കൊല്ലപ്പെട്ട 11 പേരെ മറവുചെയ്യാൻ കുക്കികൾ തയ്യാറായിട്ടില്ല. പോസ്റ്റ്മോർട്ടം റിപ്പോർട്ട് ലഭിച്ചാലേ മറവുചെയ്യൂ എന്നാണ് കുക്കി സംഘടനകൾ അറിയിച്ചിട്ടുള്ളത്.

ഒരുഭാഗത്ത് പരസ്പരം ആക്രമണവും വെടിവയ്പും നടക്കുമ്പോൾ സംസ്ഥാനത്തെ രാഷ്ട്രീയ കാലാവസ്ഥയും അതിവേഗം വഷളാകുകയാണ്. മെയ്ത്തീ നേതാവിനെപ്പോലെ തീർത്തും പക്ഷപാതപരമായി പെരുമാറുന്ന മുഖ്യമന്ത്രി ബിരേൻസിങ്ങിൽ സഖ്യകക്ഷികൾക്കും സ്വന്തം എം എൽ എമാർക്കും വിശ്വാസം നഷ്ടപ്പെടുകയാണ്. ബി ജെ പി കഴിഞ്ഞാൽ മുന്നണിയിലെ ഏറ്റവും വലിയ കക്ഷിയായ നാഷണൽ പീപ്പിൾസ് പാർട്ടി സർക്കാരിനുള്ള പിന്തുണ പിൻവലിച്ചു. ക്രമസമാധാനം പാലിക്കുന്നതിൽ സർക്കാർ പൂർണ്ണമായും പരാജയപ്പെട്ടെന്നാരോപിച്ചാണ് ഏഴ് എം എൽ എമാരുള്ള എൻ പി പി പിന്തുണ പിൻവലിച്ചത്. സർക്കാരിന് ഭീഷണിയില്ലെങ്കിലും ബിരേൻസിങ് സർക്കാരിനുള്ള ജനപിന്തുണ നാൾക്കുനാൾ കുറയുകയാണെന്ന് ഇത് സൂചിപ്പിക്കുന്നു. രണ്ട് എം എൽ എമാരുള്ള കുക്കി പീപ്പിൾസ് അലയൻസ് പിന്തുണ പിൻവലിച്ച് ഒരു വർഷത്തിനുശേഷമാണ് മറ്റൊരു കക്ഷികൂടി പിൻവലിക്കുന്നത്. മുഖ്യമന്ത്രിയെ മാറ്റണമെന്ന് എൻ പി പി നേതാവും മേഘാലയ മുഖ്യമന്ത്രിയുമായ കോൺറാഡ് സാങ്മ ആവശ്യപ്പെട്ടത് വടക്ക കിഴക്കൻ സംസ്ഥാനങ്ങൾ എങ്ങനെയാണ് മണിപ്പൂർ സംഭവം വീക്ഷിക്കുന്നത് എന്നതിനുള്ള ഉദാഹരണമാണ്. ഘടകകക്ഷികൾ മാത്രമല്ല, ജിരിബാം മണ്ഡലത്തിലെ ബി ജെ പി പ്രസിഡന്റും ജനറൽ സെക്രട്ടറിയും അടക്കം എട്ടുപേർ സർക്കാർ പൂർണ്ണ പരാജയമാണെന്ന് ചൂണ്ടിക്കാട്ടി പാർട്ടിയിൽ നിന്ന് രാജിവച്ചു. സ്പീക്കർ സത്യബ്രത സിങ്ങും വിദ്യാഭ്യാസ മന്ത്രി ബിശ്വജിത്ത് സിങ്ങും ഉൾപ്പെടെ 19 ബി ജെ പി എം എൽ എമാർ ബിരേൻസിങ്ങിനെ മാറ്റണമെന്ന് ആവശ്യപ്പെട്ട് പ്രധാനമന്ത്രിക്ക് കഴിഞ്ഞമാസം കത്തെഴുതി. ഇംഫാലിൽ എല്ലാം സാധാരണ നിലയിലാണെന്ന് വരുത്തിത്തീർക്കാനായി മുഖ്യമന്ത്രി ചൊവ്വാഴ്ച ഇംഫാലിലെ വസതിയിൽ വിളിച്ചുചേർത്ത എൻ ഡി എ എം എൽ എമാരുടെ യോഗത്തിൽനിന്ന് 11 പേർ വിട്ടുനിന്നു. ഇതിൽ ഏഴുപേർ ബി ജെ പിക്കാരാണ്. ഇതെല്ലാം തെളിയിക്കുന്നത് കേന്ദ്രസർക്കാരും ബി ജെ പിയും സംരക്ഷിക്കുന്ന ബിരേൻ സിങ്ങിന് പിന്തുണ കുറഞ്ഞുവരികയാണെന്നാണ്. അതിനിടെ ക്രമസമാധാന നില പൂർണ്ണമായും തകർന്ന സംസ്ഥാന സർക്കാരിനെ ഗവർണ്ണറുടെ റിപ്പോർട്ടിന് കാക്കാതെ കേന്ദ്രം പിരിച്ചുവിടുകയാണ് വേണ്ടതെന്ന് പ്രശസ്ത അഭിഭാഷകനായ ദുഷ്യന്ത് ദവെ ആവശ്യപ്പെടുകയുണ്ടായി. (*ദ ഹിന്ദു*വിൽ എഴുതിയ ലേഖനം) അതിനാൽ ഇനിയെങ്കിലും മുഖ്യമന്ത്രിയെ മാറ്റാൻ കേന്ദ്രവും ബി ജെ പിയും തയ്യാറാകണം.

മണിപ്പൂർ കത്തിയെരിയുമ്പോഴും അതൊന്നും വിഷയമാക്കാതിരുന്ന ആഭ്യന്തരമന്ത്രി അമിത്ഷാ മഹാരാഷ്ട്രയിൽ തെരഞ്ഞെടുപ്പ് പ്രചാരണത്തിലായിരുന്നു. പ്രധാനമന്ത്രി നരേന്ദ്രമോദിയാകട്ടെ ആഫ്രിക്ക,

ലാറ്റിനമേരിക്ക സന്ദർശനത്തിലും. എന്നാൽ, സ്ഥിതിഗതികൾ കൈവിട്ടുമെന്നായതോടെ പ്രചാരണം ഉപേക്ഷിച്ച് ഡൽഹിയിലേക്ക് മടങ്ങാൻ അമിത്ഷാ നിർബന്ധിതനായി. ഉന്നതതലയോഗം വിളിച്ച അമിത്ഷാ 50 കമ്പനി കേന്ദ്ര പോലീസ് സേനയെ മണിപ്പൂരിലേക്ക് അയക്കാൻ തീരുമാനിച്ചു. സ്ഥിതിഗതികൾ സാധാരണനിലയിലേക്ക് കൊണ്ടുവരേണ്ടത് അത്യാവശ്യമാണ്. അതിന് ആദ്യംവേണ്ടത് വിവിധ ജനവിഭാഗങ്ങളുമായും രാഷ്ട്രീയപ്രതിനിധികളുമായും ആശയവിനിമയം നടത്തുകയാണ്. അതിനായി സർവകക്ഷിയോഗം ഉടൻ വിളിക്കണം. സൈനിക നടപടിയിലൂടെ പ്രശ്നം പരിഹരിക്കാൻ കഴിയില്ലെന്ന് ഇനിയെങ്കിലും മോദി സർക്കാർ മനസ്സിലാക്കണം. സംഘർഷം തുടങ്ങി ഒന്നരവർഷമായിട്ടും പ്രധാനമന്ത്രി സംസ്ഥാനം സന്ദർശിക്കാത്തത് കുറ്റകരമായ അനാസ്ഥയാണ്. വിവിധ ജനവിഭാഗങ്ങളെ വിശ്വാസത്തിലെടുക്കാനുള്ള നടപടികൾക്ക് അതിവേഗം തുടക്കമിടണം. കശ്മീർ, പഞ്ചാബ്, ബാബ്റി മസ്ജിദ് വിഷയങ്ങൾ ഉണ്ടായപ്പോൾ ദേശീയോദ്ഗ്രഥന സമിതി വിളിച്ച് അതതുകാലത്തെ സർക്കാരുകൾ പ്രശ്നപരിഹാരത്തിന് ശ്രമിച്ചു. എന്നാൽ, മോദിസർക്കാർ അധികാരമേറിയതോടെ ദേശീയോദ്ഗ്രഥന സമിതി പഴങ്കഥയായി. 11 വർഷത്തിനിടെ വിഷയങ്ങൾ ഏറെയുണ്ടായെങ്കിലും ഒരു യോഗംപോലും വിളിച്ചില്ല.

ദേശീയോദ്ഗ്രഥനത്തെക്കുറിച്ചും രാജ്യത്തിന്റെ അഖണ്ഡതയെക്കുറിച്ചും ഐക്യത്തെക്കുറിച്ചും വാതോരാതെ സംസാരിക്കുന്നവരാണ് കേന്ദ്രം ഭരിക്കുന്ന ബി ജെ പിയും പ്രധാനമന്ത്രി മോദിയും. എന്നാൽ, അവർ പിന്തുടരുന്നത് കൊളോണിയൽ മേധാവികൾ സ്വീകരിച്ച "ഭിന്നിപ്പിച്ച് ഭരിക്കൽ' തന്ത്രമാണ്. കേന്ദ്രത്തിലും സംസ്ഥാനത്തിലും അധികാരം നേടാനായി ജനങ്ങളെ മതത്തിന്റെയും ജാതിയുടെയും വംശത്തിന്റെയും ഭാഷയുടെയും ഭക്ഷണത്തിന്റെയും പേരിൽ ഭിന്നിപ്പിക്കുകയാണ്. അടുത്തിടെ യോഗി ആദിത്യനാഥ് ഉയർത്തിയ മുദ്രാവാക്യവും ഇതുതന്നെയാണ്. ബട്ടേംഗേ തോ കാട്ടേംഗേ (ഭിന്നിച്ചുനിന്നാൽ നാശം). ആദ്യം അവർ ജനങ്ങളെ ഭിന്നിപ്പിക്കുന്നു. പിന്നെ അവരെ നാശത്തിന്റെ പടുകുഴിയിലെറിയുന്നു. മണിപ്പൂരിൽ അക്ഷരാർത്ഥത്തിൽ സംഭവിക്കുന്നത് ഇതാണ്.

രാജ്യത്ത് ഹിന്ദുക്കളെ മുസ്ലിങ്ങൾക്കെതിരെയും ക്രിസ്ത്യാനികളെ മുസ്ലിങ്ങൾക്കെതിരെയും ഹിന്ദുക്കളെ ക്രിസ്ത്യാനികൾക്കെതിരെയും അണിനിരത്തുന്നു. ഹിന്ദി സംസാരിക്കുന്നവരെ മറ്റു ഭാഷ സംസാരിക്കുന്നവർക്കെതിരെ തിരിച്ചുവിടുന്നു. പച്ചക്കറി ഭക്ഷണം കഴിക്കുന്നവരെ മാംസാഹാരികൾക്കെതിരെ തിരിക്കുന്നു. ജാട്ടുകളെ ജാട്ട് ഇതര ജാതിക്കാർക്കെതിരെയും (ഹരിയാണ) യാദവരെ അതി പിന്നോക്ക ജാതിക്കാർ

ക്കെതിരെയും (ബിഹാർ, യുപി) അണിനിരത്തി അധികാരം നേടാൻ ശ്രമിക്കുന്നു. ഹിന്ദുത്വ രാഷ്ട്രവാദികളുടെ ഭരണഘടനയായ *മനുസ്മൃതി* തന്നെ മനുഷ്യരെ ജാതിയറകളിൽ തളയ്ക്കുകയായിരുന്നല്ലോ.

വടക്കുകിഴക്കൻ സംസ്ഥാനങ്ങളെ പ്രത്യേകിച്ചും മണിപ്പൂരിനെ അശാന്തമാക്കിയതും ബി ജെ പിയുടെ ഈ ഭിന്നിപ്പിക്കൽ നയമാണ്. സനമാഹിസം എന്ന പരമ്പരാഗത മതസമ്പ്രദായത്തിൽ വിശ്വസിച്ച മെയ്ത്തീകളെ ആദ്യം വൈഷ്ണവരായും പിന്നീട് ഹിന്ദുത്വ രാഷ്ട്രവാദി കളാക്കിയും മാറ്റിയ സംഘപരിവാർ ക്രമേണ അവരെ ക്രിസ്തുമതക്കാ രായ കുക്കികൾക്കെതിരെ അണിനിരത്തി. കുക്കികളോട് പൊരുതാൻ ആരംബായ് തെംങ്കോൽ എന്ന സായുധസംഘത്തിനും രൂപംനൽകി.

ഭൂരിപക്ഷമായ മെയ്ത്തീകളുടെ പിന്തുണയോടെ എന്നും അധികാ രത്തിൽ തുടരാമെന്ന ചിന്തയിൽനിന്നാണ് സംഘർഷം ആരംഭിച്ചത്. അത് ഇന്ന് രാജ്യത്തിന്റെ ഐക്യത്തിനും അഖണ്ഡതയ്ക്കും മുറിവേൽ പ്പിച്ചു. അതുകൊണ്ടാണ് ആർ എസ് എസിന്റെയും ബി ജെ പിയുടെയും കൈകളിൽ രാജ്യം സുരക്ഷിതമല്ലെന്ന് സി പി ഐ (എം) നേരത്തേ തന്നെ പറഞ്ഞത്. സ്വന്തം ജനങ്ങളിൽ ഒരു വിഭാഗത്തെ ശത്രുപക്ഷ ത്ത് നിർത്തിയുള്ള ഐക്യാഹ്വാനമാണ് സംഘപരിവാർ നടത്തുന്നത്. അന്തിമമായി അത് വിഭജനത്തിലേക്കും അന്തമില്ലാത്ത സംഘർഷത്തി ലേക്കുമാണ് നയിക്കുക. മണിപ്പൂർ ഒരു തുടക്കംമാത്രമാണ്. മിസോറാ മിലെ മെയ്ത്തീകൾ ഭയത്തിലാണ് കഴിയുന്നത്. മറ്റ് വടക്കു കിഴക്കൻ സംസ്ഥാനങ്ങളിലും ഇതേ നയമാണ് ബി ജെ പി സ്വീകരിക്കുന്നത്. മി സോറാമിലും നാഗാലാന്റിലും ക്രിസ്ത്യാനികളെ കൂടെനിർത്തി ബംഗ്ലാദേ ശി മുസ്ലിങ്ങൾക്കെതിരെ തിരിക്കാനാണ് സംഘപരിവാർ ശ്രമിക്കുന്നത്. വടക്കു കിഴക്കൻ സംസ്ഥാനങ്ങളുടെ ബന്ധം മെച്ചപ്പെടുത്തിയെന്നാണ് മോദി അവകാശപ്പെടുന്നത്. എന്നാൽ, വടക്കുകിഴക്കൻ സംസ്ഥാനങ്ങ ളിലെ ജനങ്ങളെ അകറ്റിയത് മോദി ഭരണമാണ്.

യു ജി സി ഭേദഗതി നിർദ്ദേശം, എതിർക്കേണ്ടതുണ്ട്

ഫെഡറലിസം സംരക്ഷിക്കാൻ വേണ്ടി മോദി സർക്കാരിനെതിരെ രാജ്യമാസകലം നടത്തുന്ന പോരാട്ടങ്ങൾക്കൊപ്പം കഴിഞ്ഞദിവസം പുറത്തിറക്കിയ യു ജി സിയുടെ പുതിയ കരട് നിർദ്ദേശങ്ങൾക്കെതിരായും പ്രതിരോധം ഉയരേണ്ടതുണ്ട്. ഭരണഘടനയുടെ അടിസ്ഥാനശിലകളിലൊന്നായ ഫെഡറലിസത്തിനെതിരെ, സംസ്ഥാനങ്ങളുടെ അവകാശങ്ങൾക്കുമേൽ കടന്നുകയറുന്നതാണ് യു ജി സിയുടെ പുതിയ കരട് നിർദ്ദേശം. സംസ്ഥാനങ്ങളുടെ ഫണ്ട് ഉപയോഗിച്ച് പ്രവർത്തിക്കുന്ന സംസ്ഥാന സർവ്വകലാശാലകളുടെ നിയന്ത്രണംകൂടി കേന്ദ്രത്തിന് നൽകുന്നതാണ് ഇത്. ജനുവരി ആദ്യവാരം കേന്ദ്രവിദ്യാഭ്യാസ മന്ത്രി ധർമ്മേന്ദ്ര പ്രധാൻ പുറത്തിറക്കിയ കരടിന്മേൽ 30 ദിവസത്തിനകം അഭിപ്രായങ്ങളും നിർദ്ദേശങ്ങളും അറിയിക്കാനാണ് ആവശ്യപ്പെട്ടിട്ടുള്ളത്.

രാജ്യത്ത് 56 കേന്ദ്ര സർവ്വകലാശാലകളും 481 സംസ്ഥാന സർവ്വകലാശാലകളുമാണുള്ളത്. ഇതിലെ വൈസ്ചാൻസലർമാരുടെയും അദ്ധ്യാപകരുടെയും കോളേജ് പ്രിൻസിപ്പൽമാരുടെയും നിയമനങ്ങളും അക്കാദമിക്ക് നിലവാരവും നിശ്ചയിക്കാനുള്ള വിപുലമായ അധികാരങ്ങളാണ് കരട് നിർദ്ദേശംവഴി കേന്ദ്രത്തിന് ലഭിക്കുന്നത്. ഉന്നതവിദ്യാഭ്യാസ മേഖലയിലേക്ക് കോർപ്പറേറ്റുകളെ കുടിയിരുത്തി വാണിജ്യവൽക്കരണം ശക്തമാക്കാനും ഗുണനിലവാരം തകർത്ത് വർഗ്ഗീയവൽക്കരിക്കാനും ലക്ഷ്യമിട്ടുള്ളതാണ് ഈ നിർദ്ദേശം. ഇന്ത്യൻ വിദ്യാഭ്യാസ സമ്പ്രദായത്തെ കേന്ദ്രീകരണത്തിന്റെയും വർഗ്ഗീയവൽക്കരണത്തിന്റെ

യും പാതയിലേക്ക് നയിക്കാൻ ലക്ഷ്യമിട്ട് അഞ്ചു വർഷംമുമ്പ് കൊണ്ടു വന്ന ദേശീയ വിദ്യാഭ്യാസ നയത്തിന്റെ തുടർച്ചയാണിത്. ബി ജെ പി അധികാരത്തിൽ വന്നതുമുതൽ തന്നെ വിദ്യാഭ്യാസ രംഗത്തെ, പ്രത്യേകിച്ചും ഉന്നതവിദ്യാഭ്യാസരംഗത്തെ വർഗ്ഗീയവൽക്കരിക്കാൻ ശ്രമം ആരംഭിച്ചു. ഈ ലക്ഷ്യത്തോടെ സിലബസിൽ മാറ്റംവരുത്തുന്നതോടൊപ്പം തന്നെ പ്രധാന സ്ഥാനങ്ങളിൽ ഹിന്ദുത്വ രാഷ്ട്രീയച്ചായ്‌വ് ഉള്ളവരെ നിയമിക്കാനും തുടങ്ങി. ബി ജെ പിക്ക് അധികാരമില്ലാത്ത കേരളംപോലുള്ള സംസ്ഥാനങ്ങളിൽ ഗവർണ്ണർമാരെ ഉപയോഗിച്ചാണ് ഇത്തരക്കാരെ വൈസ് ചാൻസലർമാരായി നിയമിച്ചത്. കേരളത്തിനു പുറമെ തമിഴ്നാട്, പഞ്ചാബ്, പശ്ചിമബംഗാൾ തുടങ്ങി ബി ജെ പി ഇതരകക്ഷികൾ ഭരിക്കുന്ന സംസ്ഥാനങ്ങൾ ഈ നീക്കങ്ങളെ ശക്തമായി എതിർത്തുവരികയാണ്. എന്നാൽ പുതിയ യു ജി സി കരട് നിർദ്ദേശങ്ങൾ ബി ജെ പി ഗവർണ്ണർമാരുടെ തെറ്റായ നീക്കങ്ങൾക്ക് സാധുത നൽകുന്നതാണ്.

യു ജി സി കരട് നിർദ്ദേശത്തിലെ ഏറ്റവും പ്രധാന പ്രശ്നം അത് ഫെഡറൽ വിരുദ്ധമാണ് എന്നതുതന്നെയാണ്. അധികാരങ്ങളെല്ലാം കേന്ദ്രീകരിക്കുക എന്ന ബി ജെ പി നയത്തിന്റെ ഭാഗമായാണ് ഈ യു ജി സി കരടും. "ഒരു രാഷ്ട്രം ഒരു സർക്കാർ' എന്നതാണ് ബി ജെ പി ലക്ഷ്യം. നിലവിൽ സംസ്ഥാന സർക്കാരുകൾക്കാണ് സംസ്ഥാന സർവകലാശാലകളിൽ വി സിമാരെയും അദ്ധ്യാപകരെയും നിയമിക്കുന്നതിന് അധികാരമുള്ളത്. അത് പൂർണ്ണമായും ഇനി കേന്ദ്രത്തിനു ലഭിക്കും. ഇതോടെ സർവ്വകലാശാലകളുടെ സ്വയംഭരണാവകാശം ഇല്ലാതായി പൂർണ്ണമായും കേന്ദ്രാധികാരത്തിനു കീഴിലാകും. എല്ലാ സർവ്വകലാശാലകളുടെയും വിസിമാരെ നിയമിക്കുന്ന രീതിയിൽ മാറ്റം വരുത്തിക്കൊണ്ടാണ് ഈ ലക്ഷ്യം നേടുന്നത്. നിലവിൽ വി സിമാരെ തെരഞ്ഞെടുക്കുന്നത് മൂന്നംഗ സമിതിയാണ്. യു ജി സിയുടെയും സർവ്വകലാശാലയുടെയും (സിൻഡിക്കേറ്റ്/സെനറ്റ്/യൂണിവേഴ്സിറ്റി കൗൺസിൽ) ചാൻസലറുടെ (ഗവർണ്ണർ) നോമിനിയായി സംസ്ഥാനസർക്കാർ നിർദ്ദേശിക്കുന്ന വ്യക്തി എന്നിവർ ചേർന്ന സമിതിയാണ് വൈസ് ചാൻസലർമാരെ നിയമിക്കുന്നത്. ഇതിൽ സംസ്ഥാന സർക്കാരിനുള്ള പങ്കാളിത്തം പൂർണ്ണമായും ഇല്ലാതാക്കി ആ അധികാരം ഗവർണ്ണർക്ക് നൽകുകയാണ്.

സെലക്ഷൻ കം റിസർച്ച് കമ്മിറ്റിയുടെ ചെയർമാൻ ചാൻസലറുടെ നോമിനിയായിരിക്കുമെന്നും വ്യവസ്ഥയുണ്ട്. അതായത് മൂന്നംഗ സമിതിയിൽ രണ്ടുപേർ - ചാൻസലറുടെയും (ഗവർണ്ണർ) യു ജി സിയുടെയും പ്രതിനിധി - കേന്ദ്രത്തിന്റേതാകുന്നതോടെ അവർ നിശ്ചയിക്കുന്നയാൾ വി സിയാകും. സ്വാഭാവികമായും ബി ജെ പി, ആർ എസ് എസ് അനുഭാവമുള്ളവർ വരും. സംസ്ഥാനങ്ങൾ പാസാക്കിയ നിയമവും ചട്ടവും

അനുസരിച്ചായിരിക്കണം വി സി നിയമനം എന്ന 2013 ലെ യു ജി സി ചട്ടത്തിന് കടകവിരുദ്ധവും ഫെഡറൽ വിരുദ്ധവുമായ ഉള്ളടക്കമാണ് ഇപ്പോഴത്തെ യു ജി സി കരടിലുള്ളത്. ഈ നീക്കത്തിൽ മറ്റൊരു വലിയ അപകടംകൂടിയുണ്ട്. ഗവർണ്ണർ എന്നത് ആലങ്കാരിക പദവി മാത്രമാണെന്നും സംസ്ഥാന മന്ത്രിസഭയുടെ ഉപദേശ നിർദ്ദേശങ്ങൾ അനുസരിച്ചാണ് ഗവർണ്ണർ പ്രവർത്തിക്കേണ്ടത് എന്നുമുള്ള ഭരണഘടനാ സങ്കൽപ്പത്തെ പൊളിച്ചെഴുതാനാണ് മോദി സർക്കാരിന്റെ ശ്രമം. ഉന്നതവിദ്യാഭ്യാസ മേഖലയിലെ സർവ്വാധികാരിയായി ഗവർണ്ണറെ പ്രതിഷ്ഠിച്ച് കേന്ദ്രനയം നടപ്പിലാക്കാനുള്ള ഏജന്റായി ആ പദവിയെ ഉപയോഗിക്കുകഎന്ന ലക്ഷ്യംകൂടി ഇതിനു പിന്നിലുണ്ട്. കേന്ദ്രം ഭരിച്ച ബി ജെ പി സർക്കാരുകൾ ഗവർണ്ണർ പദവിയെ പക്ഷപാതപരമായ രാഷ്ട്രീയ ലക്ഷ്യങ്ങൾ നേടാൻ ഉപയോഗിച്ച ഉദാഹരണങ്ങൾ കേരളത്തിന് സുപരിചിതമാണ്. ആരിഫ് മൊഹമ്മദ്ഖാന്റെ ചെയ്തികൾ നമ്മുടെ മുമ്പിലുണ്ട്. പ്രതിപക്ഷം ഭരിക്കുന്ന സംസ്ഥാനങ്ങളുടെ സുഗമമായ പ്രവർത്തനത്തിന് വിലങ്ങുതടിയായാണ് ഗവർണ്ണർമാർ പ്രവർത്തിക്കുന്നത്. ഇത്തരം ഗവർണ്ണർമാരുടെ നിയമവിരുദ്ധ പ്രവർത്തനങ്ങൾക്ക് നിയമസാധുത നൽകാനാണ് യു ജി സിയെ ഉപയോഗിക്കുന്നത്. 1988 ലെ സർക്കാരിയ കമീഷൻ സംസ്ഥാനങ്ങളുടെ നിർദ്ദേശത്തിന് വിധേയമായാണ് ചാൻസലർ എന്ന ദൗത്യം ഗവർണ്ണർമാർ നിർവ്വഹിക്കേണ്ടത് എന്ന് വ്യക്തമാക്കിയെങ്കിൽ ഗവർണ്ണർക്ക് ചാൻസലർ പദവി നൽകുന്നതിൽ എന്ത് സാംഗത്യമാണുള്ളത് എന്ന ചോദ്യമാണ് 2010 ലെ പൂഞ്ചി കമീഷൻ ഉന്നയിച്ചത്. ഇതെല്ലാം അവഗണിച്ച് ഗവർണ്ണറുടെ ചാൻസലർ പദവിക്ക് നിയമസാധുത നൽകുക എന്ന ഭരണഘടനാ വിരുദ്ധ നീക്കമാണ് പുതിയ യു ജി സി കരടിലുള്ളത്.

ഇതോടൊപ്പംതന്നെ കോർപ്പറേറ്റുകൾക്കുകൂടി വിദ്യാഭ്യാസമേഖലയെ കീഴ്പ്പെടുത്താനുള്ള പഴുതും യു ജി സി കരട് നൽകുന്നുണ്ട്. അതായത് അക്കാദമിക് ഇതര വ്യക്തികളെയും വി സിമാരായി നിയമിക്കാമെന്നർത്ഥം. വി സിമാരായി നിയമിക്കപ്പെടുന്നവർക്ക് അദ്ധ്യാപനപരിചയം വേണമെന്നില്ല. വ്യവസായ മേഖലയിൽനിന്നോ പൊതുമേഖലാ സ്ഥാപനങ്ങളിൽനിന്നോ ഭരണതലത്തിൽനിന്നോ ഉള്ളവരെ നിയമിക്കാം. കേന്ദ്രത്തിന് താൽപ്പര്യമുള്ള ആരെയും നിയമിക്കാമെന്നർത്ഥം. വി സിമാരെ മാത്രമല്ല കോളേജ് പ്രിൻസിപ്പൽമാരെയും അധ്യാപകരെയും നിയമിക്കാനും ഇനി കേന്ദ്രത്തിന് കഴിയും. കോളേജ് മാനേജ്മെന്റ് കമ്മിറ്റിയിൽനിന്നും രണ്ടുപേരും വൈസ് ചാൻസലറുടെ പ്രതിനിധികളായ മൂന്നുപേരുമാണ് പ്രിൻസിപ്പലിനെ തെരഞ്ഞെടുക്കുക. അദ്ധ്യാപകനിയമന ഇന്റർവ്യൂ ബോർഡിലെ വിഷയ വിദഗ്ധരെ നിയമി

ക്കുന്നതും വി സിയാണ്. വി സി നിർദ്ദേശിക്കുന്ന അഞ്ചുപേരുടെ പാനലിൽനിന്നും മൂന്നു വിഷയ വിദഗ്ധരെ കോളേജ് ഇന്റർവ്യൂ ബോർഡിന് തീരുമാനിക്കാം. അതായത് കേന്ദ്രം നിയമിക്കുന്ന വി സിമാരെ ഉപയോഗിച്ച് പ്രിൻസിപ്പൽമാരെയും അദ്ധ്യാപകരെയും നിയമിക്കാനുള്ള അധികാരവും കേന്ദ്രം കൈക്കലാക്കുകയാണ്.

സമവർത്തി പട്ടികയിലുള്ള വിദ്യാഭ്യാസം ക്രമേണ കേന്ദ്രത്തിന്റെ കൈകളിലേക്ക് മാറുകയാണ്. സംസ്ഥാനങ്ങളുടെ അധികാരങ്ങൾ കവരുന്നതോടൊപ്പം ഉന്നതവിദ്യാഭ്യാസം കാവിവൽക്കരിക്കുകകൂടി ചെയ്യുകയാണ്. ഒരു വെടിക്ക് രണ്ട് പക്ഷിയാണ് ലക്ഷ്യം. അക്കാദമിക ഗുണനിലവാരം തകർക്കുന്ന പല നിർദ്ദേശങ്ങളും യു ജി സി കരടിലുണ്ടെന്ന് അക്കാദമിക സമൂഹം ചൂണ്ടിക്കാട്ടുന്നുണ്ട്. അതും പരിശോധിക്കപ്പെടേണ്ടതാണ്.

പുതിയ നിർദ്ദേശങ്ങൾ പാലിച്ചില്ലെങ്കിൽ മുന്നോട്ടുവയ്ക്കുന്ന ശിക്ഷാനടപടികളാണ് യു ജി സി കരടിലെ ഏറ്റവും അപകടകരവും പ്രതിഷേധാർഹവുമായ കാര്യം. നിർദ്ദേശങ്ങൾ നടപ്പിലാക്കാത്ത സ്ഥാപനങ്ങളെ യു ജി സി സ്കീമിൽ പങ്കെടുക്കുന്നതിൽനിന്നും ബിരുദ പ്രോഗ്രാമുകൾ നൽകുന്നതിൽനിന്നും വിലക്കുമെന്നും യു ജി സി ആക്ടിന്റെ പരിധിയിൽ വരുന്ന ഉന്നതവിദ്യാഭ്യാസ സ്ഥാപനങ്ങളുടെ പട്ടികയിൽനിന്നും നീക്കം ചെയ്യുമെന്നും ഉൾപ്പെടെയുള്ള ശിക്ഷാ നടപടികളാണ് പറയുന്നത്. അതായത് ക്രമേണ സർവ്വകലാശാലാ പദവിതന്നെ നഷ്ടമാകും. ഉന്നത വിദ്യാഭ്യാസ സ്ഥാപനങ്ങൾക്ക് പ്രവർത്തിക്കാനും ഗവേഷണ പ്രവർത്തനം മെച്ചപ്പെടുത്താനും ആവശ്യമായ ഫണ്ട് ലഭ്യമാക്കുന്നതിനും വേണ്ടി വിഭാവനംചെയ്ത യു ജി സി ആ മുഖ്യ കടമ പാതിവഴിയിൽ ഉപേക്ഷിച്ച് ഏകശിലാത്മകമായ സാംസ്കാരിക ദേശീയത അക്കാദമിക് രംഗത്തു പടർത്താനും അതുവഴി ആ സ്ഥാപനങ്ങളെ തകർക്കാനുമാണ് കൂട്ടുനിൽക്കുന്നത്. ഇതിനെതിരെ ശക്തമായ പ്രതിഷേധം ഉയരേണ്ടതാണ്. കേരളത്തിന്റെ പ്രതിഷേധം ഇതിനകംതന്നെ മുഖ്യമന്ത്രി പിണറായി വിജയൻ വ്യക്തമാക്കിയിട്ടുണ്ട്. തമിഴ്നാട് മുഖ്യമന്ത്രി എം കെ സ്റ്റാലിനും യു ജി സി നിർദ്ദേശങ്ങൾക്കെതിരെ രംഗത്തുവന്നിട്ടുണ്ട്. സമാനവികാരമുള്ള സംസ്ഥാനങ്ങളെ കൂടെനിർത്തി രാജ്യവ്യാപക പ്രതിഷേധത്തിന് നമുക്ക് നേതൃത്വം നൽകാൻ കഴിയണം. കേരളത്തിൽനിന്നുള്ള പാർലമെന്റംഗങ്ങളും ഒറ്റക്കെട്ടായി പ്രതിഷേധം ഉയർത്തണം.

www.ingramcontent.com/pod-product-compliance
Lightning Source LLC
LaVergne TN
LVHW060413051026
849518LV00007B/2519
* 9 7 8 9 3 4 8 5 7 3 6 9 8 *